பாராட்டுரைகள்

2016இல் 'பாலைவன லாந்தர்' எழுதிய முதல் கவிதைத் தொகுதியை நான் வெளியிட்டுப் பேசிய காலத்திலிருந்து அவரது எழுத்தில் காணப்படும் படிமசெய்நேர்த்தியைக் கவனித்து வருகிறேன்.

தூத்துக்குடி காயல்பட்டினத்தில் பிறந்த இவர், 'உப்பு வயலெங்கும் கல் மீன்கள்' (2016), 'லாடம்' (2018), 'ஓநாய்' (2021), 'பெருந்தச்சன்' (2023), 'WORLD CLASS SINS' (2023) ஆகிய கவிதைத் தொகுதிகளுக்குப் பிறகு கடந்த 4 ஆண்டுகளாக சிறுகதையின் பக்கம் தனது கவனத்தைக் குவித்திருந்தார். இத்தொகுதியில் உள்ள இவரது சிறுகதைகள் ஒவ்வொன்றும் தமிழில் சிறுகதைக்கு என்று இவருக்கு பிரத்தியேக இடம் கிடைக்கும் என்ற நம்பிக்கையை அளிக்கின்றன. இவரது சிறுகதைகளிலும் படிமங்களை உயிரோட்டமாகக் கையாளுகிறார்.

சைக்கிளை மனைவியின் படிமமாக்குகிறபோதும், ஆயிரக்கணக்காக செத்துக் கிடக்கும் கோழிகளைப் படிமம் ஆக்கும்போதும் கவனத்தைக் கவர்கிறார்.

'பிறப்புக்கும் இறப்புக்கும் இடையில் இருப்பது இடையில் இருக்கும் துணி மட்டும் தானா?', 'மனிதர்களாவது கர்த்தரைப் போல் இருந்திருக்கலாமே?' போன்ற வினோதக் கேள்விகள் இவருக்கே உரியவை.

'விமர்சிப்பது அல்லது ஒப்புவது என்ற அடையாளங்களை மீறி என்னை பெண்ணாய் உணரச் செய்யும் அனைத்து அடிமைக் கருத்தியல்களுடனும் எதிர்வினை செய்வேன்' என்று அறிவிக்கும் இவரது சிறுகதைகள் பெண்களின் உலகை மட்டுமல்லாது ஆண்களின் உலகையும் நுட்பமாகப் பேசுவது ஆரோக்கியம்.

– இந்திரன்

ஆயிரம் காக்கைகள் பறக்கும் ஒரு சிறுநகரத்தில் மூப்பாகிவிட்ட பறவை எது? நோயுற்ற பறவை எது? காயம்பட்ட பறவை எது? பசித்திருக்கும் பறவை எது? கோபப்பறவை எது? குயுக்திப் பறவை எது? அடங்காப் பறவை எது? என்று யாருக்கும் தெரிவதில்லை.

ஆனால், பார்வையுள்ள ஒரு படைப்பாளியின் கண்ணுக்கு அவைதான் தனித்துத் துருத்தலாகத் தெரியும். படைப்பாளன் காட்டித்தராத வரை யாருக்கும் அவை குறித்த பிரக்ஞை இருக்காது. இங்கே லாந்தரும் சமூகத்தின் இத்தகைய பறவைகளைத் தன் கூண்டில் பிடித்துக் கொண்டு வந்திருக்கிறார். அவை இங்கே கதைகளாகியிருக்கின்றன.

தன் அனுபவத்துடனும் தன் உணர்ச்சியுடனும் உருகிக்கரைந்து வெளிப்படும் மனித நிலை பற்றிய பார்வையாக எழுத்து இங்கே படைப்பாகிறது.

இவை அதிகமும் பாத்திரமையக் கதைகள்தான். விவகார மையக்கதைகள் அல்ல. ஆனால் எழுதுவதற்கு கூட்டத்தில் எத்தகைய மனிதர்களைக் கண்டுபிடித்து இழுத்துவருகிறார் என்பதுதான் இங்கே முக்கியம்.

இன்றைய சமூகமனத்தில் உருவான கருத்தியல் கட்டமைப்பால் தோன்றிய பிறழ் மனிதர்களின் கதைகளாக இவை இருக்கின்றன. அதுதான் இங்கே முக்கியம். காக்கைக் கூட்டத்தில் மற்றவர்கள் காணாத காக்கைகள் இவை. இந்த இடத்தில்தான் இவை சமூக விவகாரம்பற்றிய கதையாடலாக மாறுகின்றன.

சில கதைகள் அரூபக் கதைகளாக இருக்கின்றன. அவற்றில் வாசிப்பவர் சிக்குண்டும்போகலாம். பிடிபடாமல் வழுவியும் போகலாம். தூலமாக இல்லாத எவையும் வாசிப்பு மனத்தின் தன் அனுபவத்தோடு கைபிடித்தே ஒன்றை வரையும். அல்லது விலகும்.

முடிவில், இது மனிதர்களின் மனப்பிறழ்வல்ல சமூகத்தின் மனப்பிறழ்வாகக் காட்டித்தருகிறது இந்தக் கதைகள்.

நெஞ்சாங்கூட்டுக்குள் அகப்பட்ட தட்டான்கள் போல அந்தரிக்கின்றன வாசித்து மூடும்போது இந்தக் காக்கைகள்.

– குணா கவியழகன்

மீளி

பாலைவன லாந்தர்

எதிர்
வெளியீடு

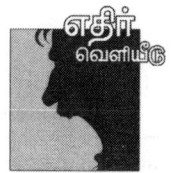

மீளி
சிறுகதைகள்
பாலைவன லாந்தர்

முதல் பதிப்பு: ஜனவரி 2025

எதிர் வெளியீடு,
96, நியூ ஸ்கீம் ரோடு, பொள்ளாச்சி – 642 002
தொலைபேசி: 04259 – 226012, 99425 11302

விலை: ரூ. 200

MiiLi
Short Stories
Palaivana Lanthar

Copyright © Palaivana Lanthar
First Edition: January 2025

Published by
Ethir Veliyeedu, 96, New Scheme Road, Pollachi – 2
email: ethirveliyedu@gmail.com
www.ethirveliyeedu.com

ISBN: 978-93-48598-71-4
Cover Design: Negizhan
Printed at Jothy Enterprises, Chennai.

All rights reserved. No part of this book may be reprinted or reproduced or utilised in any form or by any electronic, mechanical or other means, now known or hereafter invented, including Photocopying and recording, or in any information storage or retrieval system, without permission in writing from the Publisher.

பாலைவன லாந்தர் (1979)

பாலைவன லாந்தரின் இயற்பெயர் நலிஜத். இவர் தூத்துக்குடி மாவட்டம் காயல்பட்டினத்தில் பிறந்தவர்.

2010ஆம் ஆண்டு கவிதைகள் எழுதத் தொடங்கினார். இவருடைய முதல் கவிதை, 2015ஆம் ஆண்டு கல்கி இதழில் வெளியானது. 2016ஆம் ஆண்டு 'உப்பு வயலெங்கிலும் கல்மீன்கள்' என்ற இவருடைய முதல் கவிதைத் தொகுப்பு வெளியானது. தொடர்ச்சியாக சிறுகதைகளும் கட்டுரைகளும் எழுதி வருகிறார்.

சமூகநல செயல்பாடுகளில் தொடர்ந்து ஈடுபட்டு வருகிறார். பெரு நோய்த்தொற்று கொரானா காலத்தில் இவர் தயாரித்த 'ஊரடங்கு' என்ற விழிப்புணர்வுக் குறும்படம் கவனம் பெற்றது.

ஜெர்மனியில் வசிக்கும் நிம்மி சிவா என்னும் எழுத்தாளரோடு இணைந்து உலகெங்கிலும் உள்ள இருபது பெண் எழுத்தாளர்களை ஒருங்கிணைத்து, இவர் எழுதிய 'மனமே யுத்தம் செய்' என்னும் நெடு நீள விழிப்புணர்வுக் கவிதையை வாசிக்கச் செய்தார்.

லாந்தர் ஆர்ட் எண்டர்டெய்ன்மெண்ட் (LANTHAR ART ENTERTAINMENT) என்னும் கலை இலக்கியச் செயற்பாட்டிற்கான தளம் ஒன்றை உருவாக்கி தொடர் நிகழ்வுகளை நடத்தி வருகிறார்.

கவிதைத் தொகுப்புகள்:

உப்பு வயலெங்கிலும் கல்மீன்கள்
லாடம்
ஓநாய்
பெருந்தச்சன்
World Class Sins

கதைகளுக்குள் தங்கள் கதையைத் தேடும் கதைகள்

எதைத் தேடி அலைகின்றோமோ அதன் வாலைத்தான் பிடித்துக் கொண்டிருக்கிறோமென அறியாத வாழ்வு ஓர் அந்தியில் சொல்லிக் கொள்ளாமல் தன்னை விட்டு நழுவும் நிலையை அவன் அவசரம் அவசரமாக எழுதத் துடிக்கிறான். அவனைச் சுற்றிலும் அதிகமான விழிகள் மூச்சடங்கும் நொடிக்காகக் காத்திருக்கின்றன. அவன் தனது பத்து விரல்களையும் எழுதுகோலாக்கி காற்றில் எழுதும் இறுதிச் சொற்களைத்தான் நான் என் முதல் தொகுப்பாக்க முயற்சி செய்திருக்கிறேன்.

கவிதைக்கான முகமாக அறியப்பட்ட போதிலும் கதைகளின் மீதான பிரியத்தை இரகசியக் காதலாக மனதிற்குள் பொத்திப் பொதிந்து வைத்திருந்தேன். என் காதல் புறக்கணிக்கப்படாமல் இருக்க காலம் என்னைக் காத்திருப்பில் வைத்திருந்தது. சரியான தருணம் என்று நம்பப்பட்ட பொழுதில் கதைகளின் முதுகில் இறகுகளை ஒட்டவைத்து விட்டேன்.

என் கம்மா (பாட்டி) இறைத்தூதர்களின் வரலாறுகளைக் கதைகளாகச் சொல்லக் கேட்டு வளர்ந்த இளம் பிராயத்தில் மக்கத்து மண்ணும் மதீனத்து மண்ணும் பேராசையாக இருந்தன. ஓரிரவில் 'பாலைவன லாந்தர்' என்று எனக்கு நானே பெயர் சூட்டிக்கொண்ட போதும் அறிந்திருக்கவில்லை அரேபிய மண்ணில் வாழும் சூழல் அமையுமென்று.

பாலைவனத்தில் புதைந்து கிடக்கும் அதிசயங்களை அறிந்து கொள்ளும் ஆர்வங்களைப் போன்றதுதான் மனித மனங்களின் உள் கட்டமைப்புகளைப் புரிந்துகொள்ள ஆராய்வதும். இரண்டிற்குமே தீர்வுப்புள்ளி கிடையாது. என் சொற்களால் அதில் மீச்சிறு துணைப் புள்ளிகளை விதைத்திருக்கிறேன் என நம்புகிறேன்.

ஆண்களின் உலகை எழுதுவது சவாலாகவும் பிடித்தமானதாகவும் இருக்கிறது. என் கற்பனை உலகின் ஆண்கள் எந்தக் கட்டுக்கோப்புக்குள்ளும் அடங்காமல் திரிவதை அனுமதிக்கின்றேன்.

அவர்களின் அடையாளம் அடையாளமற்று இருப்பதே.. அவர்கள் இன்னுமின்னும் பிறப்பார்கள் என்றும் எதிர்பார்க்கின்றேன்.

எமக்கான ஆயுள் எத்தனை காலமென்று தெரியாதபோதும் நாம் நம் நியூரான்களிலுள்ள அனைத்தையும் உடனுக்குடன் பதிவு செய்யவே பிரயத்தனப்படுகின்றோம். ஆனால் யாருக்காக? எதற்காக?

கலைகளில் கதைகளை கர்வம் மிகுந்த கலையாக எண்ணுகிறேன். ஏனெனில் அவை தம்மைப் புனிதப்படுத்திக் கொள்ள பாவங்கள் செய்கின்றன. குற்றங்களின் வாசனையே அதைக் குற்றமென நிரூபிக்கத் தடையாக இருந்து, கதைகளின் கதவுகளின் வழியே நுழைந்து நீங்கள் உங்களையே எங்கேனும் காணும் கதையும் நிகழலாம்.

இறுதியாக,

நானும் உங்களுடன் என் கதைகளின் வாசகனாக அதன் பரிணாமத்தைக் காணக் காத்திருக்கிறேன்.

மிக்க அன்புடன்
பாலைவன லாந்தர்

சமர்ப்பணம்
வாசிப்பாளர்களுக்கு

அரைக்கண்	11
பிரம்ம முகூர்த்தம்	20
சூசை	30
சொக்கி	41
தோணியிலேறும் நாள்	51
மீளியினிருள்	68
மீராமா	72
கறுப்பு	85
யா ஹறையூம் – யா கையூம்	102
துருப்பிடித்தக் கருவறை	111
மூப்பங்காளை	119

அரைக்கண்

சைக்கிளை வேகமாக மிதித்தான். கிட்டத்தட்ட சைக்கிள் செய்ன் அறுந்து விழுந்துவிட துடித்துக்கொண்டிருந்தது. எந்தப் புள்ளியிலும் நின்று விடக்கூடாத வேகத்தில் அவனுடைய கைகளும் பாதங்களும் அழுத்திப் பிடித்து சைக்கிளை முறுக்கியது. குண்டுங்குழியுமான பாதை நெளிந்து வளைந்தது. நான்கு நாட்களுக்குப் பிறகு சூரியன் எட்டிப் பார்க்கிறான்.

சகதியாய்க் கிடந்த சாலை மெதுவாகக் காயத் தொடங்கி இருக்கிறது. சைக்கிளின் டயர்கள் மணலில் புதைந்து எழுந்து ஓடின. உதட்டோரமாகச் சுழித்துக் கொண்டான். தன் வாழ்வை விட இப்பாதை பெரிய சவாலாக இல்லையென நம்பும் சுழிப்பில் மீசையைத் தாண்டி உதடுகள் சுருங்கின. காய்ந்த உதடுகளுக்குள் ஒரு சிகரட் துண்டைத் திணிக்க மனம் விரும்பியது. ஆனால் சைக்கிளை நிறுத்த வறட்டுத் துணிச்சல் இடம் தரவில்லை.

கூட்டிலிருந்து வெகுதூரம் இரைதேடச் செல்லும் பறவைக்கு மீண்டும் அதன் கூட்டுக்கு வழியறியும் திறனை எண்ணி பலநாள் வியந்திருக்கிறான். இன்று முற்றிலுமாக மனம் அதை வெறுத்தது. ஏன் மனிதன் அவனுடைய வீட்டிற்கே திரும்ப வேண்டுமெனத் தோன்றியது. அதே வீடு, அதே மனைவி, அதே கேள்விகள் சலிப்பு தட்டாதா அதுவும் புரிந்துகொள்ள இயலாத கேள்விகளால் என்ன பயன்? எப்போதும் எதையாவது நிரூபித்துக்

கொண்டேதான் இருக்க வேண்டுமா என்ன? உலகின் ஒட்டுமொத்த அடுக்குகளும் அவனுக்குத் தவறாகப்பட்டது. ஆணும் பெண்ணும் புணர்தல் தேவையா? பிள்ளைகள் பெற்றுக்கொள்ளவும் மனித இனத்தைப் பெருக்கவும் வேறு வழியே இல்லையா...?

உலகை அழித்துச் சொற்ப மனிதர்களுடன் மீண்டும் புதிய உலகைச் செய்ய வேண்டும். அவர்களுக்கு வயதே ஆகக்கூடாது. திடகாத்திரமான தோள்களுடன் செதுக்கி வைத்த அவயங்களைக் கொண்ட தேகத்துடனும் வாழ வேண்டும். அவர்களின் ஆசைப்படி தின்று உறங்கி குடித்து, நுகர்ந்து, புணர்ந்து, கழித்து வாழ வேண்டும். நெடிய கூந்தலுடன் நீலக் கண்களைக் கொண்ட பெண்களால் சமபங்கு சமூகம் நிரம்பிக் கிடக்க வேண்டும். தனக்கான பெண்ணைப் போன்ற இன்னொரு பெண்ணைக் கண்டாலும் சலனப்படாமல் கடந்து போக வேண்டும்.

இதெல்லாம் நடக்காதெனத் தெரிந்தும் மனம் பேயாய் அலைந்து கற்பனைப் பிசாசை உருட்டி விளையாடுகிறது. இந்த சைக்கிளை அப்படியே நிறுத்தி விட்டு ஏன் கால்களாலேயே ஓடக்கூடாதெனத் தோன்றியது ஆனாலும் நிறுத்தவில்லை. சைக்கிள் தற்போது அவனுடைய மனைவியின் சாயலில் தெரிந்தது. ஹேண்டில் பாரை கைகளாகப் பாவித்துக் கொண்டான். கால்களை அழுத்தி பெடல் சுற்றிக் கொண்டிருப்பதை வலுக்கட்டாயமாகப் புணர்வதாகக் கற்பனை செய்தான். அவனுக்குள் சுகமான காற்று வீசத் தொடங்கியது.

நிஜத்தில் ஒவ்வொரு முறை அவனுக்கு அவள் வேண்டுமெனத் தோன்றிய கணங்களை யோசித்துப் பார்த்தான். அத்தனை முத்தங்களும் கசந்தன. பனைமரங்களில் மோதிய காற்று சலசலப்பை ஏற்படுத்தியது அந்தச் சப்தமும் சைக்கிள் மிதிக்கும் ஒலியும் காம நெருப்பில் வெடிக்கும் உடல்களைக் கண்முன் காட்டியது.

அவள் வேண்டுமெனத் தோன்றிய பொழுதிலிருந்து அடைந்து முடியும் வரை நூறு பொய்களைச் சொல்லியிருப்பான். நூறு வெற்று பேச்சுகள், நூறு ஒப்பந்தங்கள், நூறு சத்தியங்கள். இத்தனைக்கு மேலும் புதிதாக ஒரு பிரச்சனை புணர்ந்து முடியும் முன்னமே தொடங்கியிருக்கும். வாழ்வில் ஒருமுறைகூட உன்னதமான காமத்தை அடைந்துவிடாத வலியைத் தனது கால்களால் பெடலை அழுத்தி ஆற்றிக்கொண்டான்.

வீட்டினை, தெருவினை, ஊரினைக் கடந்த சைக்கிளிலிருந்து டகடக வென ஏதோ சப்தம் கேட்டது அமர்ந்த படியே குனிந்து பார்க்க முற்பட்டவன், தடுமாறியபடி சுதாரிக்க முயன்று குவித்து வைக்கப்பட்ட மணலில் மோதி இரண்டடி தள்ளி விழுந்தான். கண்ணுக்கெட்டிய தூரத்தில் கண்மாய் ஓடிக்கொண்டிருந்தது. முகம் முழுக்க ஈரமணல் புதைய திரும்பியெழ முயற்சிக்காமல் அப்படியே கிடந்தான் நாசித்துவாரத்தில் மணல் புகுந்து மூச்சிரைத்த பிறகே உதறி எழுந்தான்.

சைக்கிளைப் பார்த்தான்; சோர்ந்து கிடந்த மனைவியின் உடல் நினைவுக்கு வந்தது. பெண்களின் உடல் சட்டென மாறுவது அவனுக்குப் பிடிக்கவில்லை. மிகவும் சிறியதாக வளர்ந்த வயிற்றைத் தொந்தி என்று நண்பன் கேலி செய்ததற்காக இதே கம்மாய்க்குள் பத்து நாட்களாக அதிகாலைகளில் நீந்தி நீந்தித் தொப்பையைக் குறைத்தான்.

அவளைக் காதலிக்கும் போது சிகரெட் வாசனை பிடித்திருப்பதாகச் சொன்னவள், கல்யாணத்திற்குப் பிறகு நாறித் தொலைகிறதென்றாள். முத்தங்கள் தூரமாகின. பெண்ணினமே போலித்தனத்தின் உச்சமெனக் கருதினான்.

நான்கு முறை கருத்தரித்தும் குழந்தை வளர்ச்சி இல்லையெனக் கலைந்து போயின. மருத்துவமனையில் கலைந்த பிண்டங்களை அவனிடம் காட்டிச் செல்லும் செவிலியிடம் இருக்கும் தாய்மை கூட அவளிடம் இல்லையென நம்பினான். அவளுடைய உணவுப் பழக்கங்கள் மாறின அதிகமாகத் தொலைக்காட்சித் தொடர்களை வெறித்தனமாகப் பார்த்தாள்.

காதலிக்கும் பெண்கள் தேவதைகளாக இருக்கிறார்கள்; விட்டுக்கொடுத்துப் போகிறார்கள்; மணிக்கணக்கில் காத்திருக்கிறார்கள். மடிமேல் தலையைக் கிடத்திப் பூனையைத் தடவுவது போல் தடவிக்கொடுக்கிறார்கள்; தாமாக முன்வந்து தேநீருக்கான தொகையைச் செலுத்துகிறார்கள்; பாவங்களின் மன்னிப்பாக ஆசீர்வதிக்கிறார்கள்; ஒருமுறையாவது என்று கேட்டு முடிக்குமுன் தாமாகத் தங்களைக் கிடத்தித் தருகிறார்கள்.

அவள்களுக்குள் உரிமைப்பட்ட பிறகு என்ன நேர்ந்து விடுகிறது? கசாப்பு கடைக்காரனின் கையிலுள்ள கத்தியைப்போல் நாக்கு மாறிவிட எப்படி முடிகிறது? கண்களை உருட்டிக் கேள்விகளால் துளைத்தெடுக்கும் உத்தியை எங்கிருந்து பெற்றார்கள்?

"நீ புரிஞ்சுக்கவே மாட்டல்ல."

"உன்னால ஒன்னும் புடுங்க முடியாதுன்னு தெரியுதுல்ல அப்றமாட்டியும் எதுக்கு வழியுற."

"நீ கெட்ட கேட்டுக்கு இதொன்னியுந்தான் கொறச்சல்."

"மூடிட்டுப் போ."

"கிட்ட வந்தன்னா நா நாண்டுக்குவேன்."

"என் வாழ்க்கையை வீணாக்கிட்டியே, ஏமாத்திட்டே, கொன்னுட்டே."

அறைக்குள் நான்கு சன்னல்கள் திறந்தே கிடந்த போதும் அவனுக்கு மூச்சு முட்டியது யாருடனும் பேச பிடிக்கவில்லை.

குழந்தைகள் கலைந்த விரக்தியில் பேசுகிறாளெனச் சில காலங்கள் பொறுமையுடன் இருந்தவன், அவளுடைய பிறழ்வு செயல்களால் நாளுக்கு நாள் பெரிதாகப் பாதிக்கப்பட்டான். சிலிண்டரில் கேஸ் கசிய தூங்கிக் கொண்டிருந்தவளை மயிரிழையில் காப்பாற்றினான். திறந்தே கிடந்த வீட்டிலிருந்து பொருட்கள் களவு போயின. அக்கம்பக்கத்து மனிதர்கள் அவளைக் குறித்துப் புகார்கள் சொல்லத் தொடங்கினர்.

மருத்துவ கவுன்சிலரின் அறிவுரைப்படி அவளோடு மலைப் பிரதேசங்களுக்குச் சென்றது நினைவு வந்தது. புதியதாகத் துணிமணிகள் எடுத்துக் கொடுத்தான் இருவரும் அழகு நிலையத்திற்குச் சென்று முடியைத்திருத்தி முகத்திற்குச் சில பல திருத்தங்களைச் செய்து கொண்டனர். தங்களைத் தாங்களே தாங்கள் இல்லையென நம்பும் யுக்தியைக் கையாண்டனர் புதிய காமம் வேண்டி சென்றவர்களுக்குப் பழைய உடல்கள் ஒத்துழைக்காமல் போயின.

அவனுக்கு அது ஒரு பிரச்சனையே இல்லாமல் காட்டிக் கொண்டாலும், உள்ளுக்குள் பூதமென வளரும் வேட்கையைத் தடுக்க முடியவில்லை. சாதாரணமாக ஒரு பெண்ணால் தன்னைத் திருப்தி படுத்த முடியவில்லை என்று முடிவு செய்த ஒவ்வொரு ஆணும் எளிதாக இன்னொரு பெண்ணைத் தேடிச் சென்று விடுவான் இவன் அப்படியுமில்லாமல் தனது மனைவியை வெறுக்கும் முகமாக அனைத்து பெண்களையும்

வெறுத்தான். எல்லாப் பெண்களுமே அவனது பார்வையில் சந்தர்ப்பவாதிகளாகத் தெரிந்தார்கள்.

அப்பாவின் மரணத்திற்குப் பிறகு அம்மா வீட்டிற்குள்ளாகவே முடங்கிப்போனாள். மளிகைக் கடைக்குப் போவதில் இருந்து மருந்து வாங்கும் வரை எல்லா வேலைகளையும் அவனே செய்ய வேண்டியதாகி இருந்தது.

உள்ளேயே இருந்து அம்மா யானைப்போல் வீங்கிப்போனாள். பேசுவதை நிறுத்தினாள்; உணவோடு சண்டை போட்டாள் நோய் பெருகியது. அப்பாவை அதிகம் காதலித்ததாகக் கூறியிருந்தாள். அப்பாவின் எச்சில் உணவைத் தவிர எதுவும் ருசிக்கவில்லை என்றாள். படுக்கையில் அப்பாவின் வாசனையை உணர்வதாகச் சொன்னாள் படுக்கையைத் தவிர வேறெங்கும் வர மறுத்தாள். படுக்கையிலேயே கிடந்து தின்று கழித்து ஒருநாள் படுக்கையிலேயே மரித்தும் போனாள். அவனுக்குக் கோபமாக வந்தது. தன்னை நிர்க்கதியாக விட்டுச்சென்ற அம்மாவை மன்னிக்க முடியவில்லை. இப்போது மனைவியும் சேர்ந்து கொண்டாள்.

வானத்தைப் பார்த்தான். ஈசல்கள் பறந்தன. போனவாரம் இங்கே வந்த போது இவை இங்கே பறக்கவில்லை. இந்த ஒரு வாரத்திற்குள் வானிலையில் ஏற்பட்ட பெரிய மாற்றம் அவனுடைய மனதின் இறுக்கத்திற்கும் காரணமாக அமைந்தது. மூன்று நாட்களாக விடாமல் பெய்த மழையில் ஊர் சிறிய தீவாக மாறியிருந்தது. பல ஆண்டுகளுக்குப் பிறகு கண்மாய் நிறைந்திருக்கிறது. சைக்கிளில் அமர்ந்து கால்களால் அழுத்திக் கண்மாய்க்குள் அப்படியே மூழ்கிவிடலாமா என்று யோசித்தான். ஆனால் நெடுங்காமத்திற்குப் பிறகு உறங்கிக் கிடக்கும் புதுப்பெண் போல் கிடந்த சைக்கிளைப் பார்த்தவுடன் முடிவைத் தள்ளிப்போட்டு வெறித்துக் கொண்டிருந்தான்.

நண்பனிடம் மதுக்கடை வாசலில் புலம்பிய தருணத்தில் உங்களில் யாருக்குக் குறை இருக்கிறதெனத் தெரிந்து கொள்ளுங்களென்ற உபன்யாசம் கிடைத்தது. அவளுடன் நகரின் பிரசித்தி பெற்ற மருத்துவர்களிடம் பரிசோதனை செய்து கொண்டான். இருவருக்குமே சமபங்காகத் தீர்ப்பு எழுதப்பட்டது. இருவருமே மனநிலை குழம்பி இருப்பதாகவும் தியான வகுப்புக்குச் செல்லவும் பச்சை உணவுகளோடு இரத்த உணவுகளை அதிகமாக எடுத்துக் கொள்ளுமாறும், நல்ல

அரைக்கண் | 15

இசையையும் வாசனையையும் அனுபவித்து இரசிக்குமாறும் சொல்லப்பட்டது.

அதற்கு பிறகான நாட்களில் அவள் முழுவதுமாக மாறியிருந்தாள், அதுவும் எதிர்மறையாக. கிழிந்த நைட்டியை நான்கு நாட்களாக அணிந்தாள், குளிக்க மறுத்தாள், வெந்தும் வேகாத உணவைச் சமைத்தாள், தெருமுனை வரை கேட்கும் தொலைக்காட்சி தொடர்களின் சப்தம் அவனுடைய மண்டைக்குள் ஈட்டியை இறக்கியது. வேண்டுமென்றே அடுக்களையில் பாத்திரங்கள் உருண்டன. பக்கத்து வீட்டிலிருந்து விளையாட வரும் சிறுவர்களைக்கூட சிடுசிடுவெனப் பேசி விரட்டினாள். இவளையா காதலித்தோமென அவனுக்குள் போராட்டம் நடந்தது.

அவள் மீதுள்ள இரக்கம் வெறுப்பாக மாறியது.

அலைபேசி அழைத்தது.

"என்னடா?"

"சாவட்டும் மனுஷனே செத்துச் சுண்ணாம்பாப் போப்போறான் சனியனுங்க இருந்தா என்ன செத்தா என்ன?"

"..........."

"அப்டியே நீயும் தொலஞ்சி போயிடு திரும்பி வந்துடாத நாலு நாளக்கி அப்புறம் கார்ப்பரேசனே வந்து தூக்கிப் போட்டுடும்."

"............."

"ஆங் நாத்தந்தாங்காம அவனுகளே வருவானுக நீ போயி ஒம்பொழப்ப பார்டா."

"........."

"மவனே எதிர்ல இருந்தா தூக்கிப்போட்டு மிதிச்சுருவேன் பாத்துக்கோ போன்னா போய்த்தொலையேன் பரதேசி தேவயில்லாததெல்லாம் பேசிக்கிட்டு."

"..........."

"வரமுடியாதுடா என்ன பண்ணுவ?"

"......."

“பண்ணுடா முதுகெலும்புல ஒரமிருந்தா பண்ணுடா செத்தப்பயலே.”

போனைத் தூக்கி வீசினான். அது சைக்கிளில் பட்டு தெறித்தது. சைக்கிள் வலியில் முணங்குவதாகத் தோன்றியது அவனையும் அறியாமல் உள்ளுக்குள் பிசைந்தது நகர்ந்து சைக்கிளின் அருகே சென்றான். சைக்கிளைத் தூக்கி மடியில் வைத்தான் ஹேண்டில் பாரின் ஓரத்தில் உடைந்திருந்த இரும்பு பைப் தொடையைக் கீறியது வேட்டி அவிழ்ந்து மணல் மேட்டில் கிடந்தது. இரத்தம் கசிந்தபோது என்றோ மனைவி கடித்துக் காயப்படுத்தியது ஞாபகம் வந்தது. சிறிதாக ஆசுவாசமானதை உணர்ந்தான் சைக்கிளை சரிபடுத்த முயற்சித்தான், செய்ன் பதிய மறுத்தது.

“ப்ளீஸ் வாடி”, என்றான்.

செய்ன் ஓரளவு உட்கார்ந்தது இரண்டு முனையை இழுத்துக் கட்ட முயற்சிக்கும்போது தன்னை பின்புறமாக அணைக்க முற்படும் அவளுடைய கைகள் நினைவுக்கு வந்தன. வெளிறிய வெள்ளரி போன்ற கைகளால் அவனுடைய கைகளைப் பிணைந்து சொடுக்கெடுக்க இழுப்பாள் பொய்யாக வலிப்பது போல் பாசாங்கு செய்வான். மருண்ட விழிகளால் ஐயோ வலிக்குதாவெனக் கேட்பாள். அதே விழிகளால் கொடு, எடுவென நிறைய பேசியிருக்கிறாள்.

அவளுடைய வீட்டில் தெரிய வந்தபோது ஊரே திரண்டு இவனை அடிக்க வந்தது. ஏதேதோ காரணங்கள் சொல்லி இவனைக் கோவிலுக்குள் மறைத்து வைத்தாள். கோவிலைத் தவிர எல்லா இடங்களிலும் தேடிக்களைத்துக் கலைந்து சென்றபின் அவனுடைய கையால் தாலி கட்டிக்கொண்டவள் முறைப்படி சட்டப்பூர்வமாகவும் திருமண ஒப்பந்தம் செய்து கொண்டாள். அந்த ஊரே வேண்டாமென இந்த ஊருக்கு வந்து வாழ்வைத் தொடங்கினார்கள்.

முதல் இரண்டு கருக்கலைப்பு தானாக நடந்தாலும் யாரோ சூனியம் வைத்திருக்கிறார்களெனப் பிதற்ற ஆரம்பித்தாள். ஊர் மொத்தமும் அவனைக் குத்திக் கொலை செய்யும் கனவோடு அலறியபடி எழுவாள்க் வாசலுக்கு வெளியே கத்தியோடு நிற்கிறார்களென அரற்றுவாள்.

நேற்றிரவு அரை நிர்வாணமாகப் புறவாசலைத் திறந்து கிணற்றின் மீதேறி நின்றபடி சப்தமாகச் சிரித்துக்கொண்டே இருந்தவளை

கீழே இறக்கி வீட்டிற்குள் அழைத்துச் செல்வதற்குள் இவனுக்கு உயிர் போய்விட்டது.

கையில் கிடைத்ததை எல்லாம் எடுத்து இவன் மீது அடித்தாள் காதலிக்கும்போது பரிசாகக் கொடுத்த கண்ணாடி பொம்மையால் அவனுடைய தலையைத் தாக்கினாள். இதற்கு மேல் எதுவும் செய்ய முடியாதெனக் காலையிலேயே மனநல மருத்துவமனையில் சேர்த்து விட்டிருந்தான்.

ஏற்கனவே இரண்டு முறை அழைத்துச் சென்றுவிட்டு மனமில்லாமல் திரும்ப அழைத்து வந்து விட்டிருந்தான். இம்முறை அவனுக்கு வேறு வழியில்லை. முன்னமே மருத்துவர் பரிந்துரைப்படி தூக்க மாத்திரைகளைத் தேநீரில் கலந்து கொடுத்திருந்தான். அவளை விட்டுவிட்டு நீங்கி வரும்போது மனம் கல்லாய்க் கனத்தது.

அதிகமாக நேசித்தவளையே ஒருகட்டத்தில் கழுத்தை நெறித்துக் கொலை செய்யலாமா அல்லது இருவருமே தற்கொலை செய்து கொள்ளலாமா என்று எண்ண வைத்த விதியை நொந்தபடி சைக்கிளை மிதித்தான் வரும்போது இருந்த கோபம் வடிந்திருந்தது ஆனாலும் ஊருக்குள் போயாக வேண்டிய உந்துதலில் வேகமாக விரட்டினான்.

நான்கு நாள் மழைக்குப் பிறகு அவனுடைய கோழிப் பண்ணைக்குள் நுழைகின்றான். தூரத்திலேயே அழுகிய வாடை அடித்து குடலைப் புறட்டியது. மக்கள் கூட்டமாகக் கூடி அவனைத் திட்டிக் கொண்டிருந்தார்கள். சிலர் வழக்கம் போல் புகைப்படமெடுத்துக் கொண்டிருந்தனர். இறக்க தளமாகப் பண்ணை அமைத்தால் கோழிகள் மேய்வதற்கு எளிதாக இருக்குமெனப் பார்த்துப் பார்த்து அமைத்த பண்ணையில் தண்ணீர் வடியாமல் தேங்கிக் கிடந்தது. கார்ப்பரேசன் குப்பை வண்டியில் வந்த இரண்டு தூய்மைப் பணியாளர்கள் பாக்கெட்டிலிருந்து பிளீச்சிங் பவுடரைச் சரமாரியாகத் தூவிக் கொண்டிருந்தார்கள்.

பண்ணையின் கதவைத் திறந்து தண்ணீரில் நடந்து கோழிகள் அடைத்து வைக்கப்பட்டிருந்த குடிலின் கதவிலுள்ள தாழ்ப்பாளைத் திறந்தான். உள்ளே அத்தனை கோழிகளும் செத்து மிதந்தன வெள்ளை வெளேறென்ற சிறகுகள் தண்ணீரில் ஊறிப்போய்க் குவிந்து கிடந்தன. ஆயிரக் கணக்கான கோழிகள் போரில் தோல்வியுற்ற வீரர்களைப்போல் மல்லாந்துக் கிடந்தன.

எப்போது இங்கே வந்தாலும் இவனது கால்களைச் சுற்றிக்கொண்டு கொக்க் கொக்க் கொக்க் கொக்கெனச் சுற்றிவரும். அந்தச் சப்தமே அவனுக்கு ஆனந்தத்தைக் கொடுக்குமெனச் சொல்வான். குஞ்சுகள் வளரும் வரை விற்கமாட்டான். கோழிகள் நன்றாக வளர்ந்த பிறகே விற்பனைக்கு வைப்பான். காவலுக்கு இருந்த பையன் நேற்றிலிருந்து அலைபேசியில் அழைத்து இந்த அவலத்தைச் சொல்லியிருந்தான்.

மீண்டும் மீண்டும் கோழிகளைப் பார்த்தான். அரைக்கண்ணில் உலகைப் பார்த்தபடி செத்துக்கிடந்தன. ஒருவேளை தன்னைத் தான் தேடியிருக்குமென நினைத்தான். கை நிரம்ப திணைகளை வீசும்போது அவைகளின் கண்களைக் கவனித்திருக்கிறான் அதில் ஒரு சேய்மை தெரிந்திருந்தது. இப்போது அது மாபெரும் குற்றவுணர்வைத் தரும் பார்வையாக உருமாறியிருக்கிறது. கொண்டையிலிருக்கும் சிவப்பு வெள்ளைக் கோழிகளுக்கு ரோஜா மலர்வளையம் வைத்தது போல் குவிந்திருந்தது. அவனுக்கு நாற்றம் குடலைப் பிடுங்கியது. கால்கள் முழுக்க கோழிகளின் உடல் நசுங்கிப் பூசியிருந்தது. அங்கிருந்த வெளியேற முற்பட்டவனை ஒரு சப்தம் தடுத்து நிறுத்தியது.

இறந்த கோழிகளுக்குள்ளே இருந்து ஒரு கோழி தலையை நிமிர்த்திக் கொக் கொக் கொக்கெனக் கத்தியது. அவன் திகைத்தபடி பார்த்துக் கொண்டிருந்தான். அது தனது ஈரத்தில் நனைந்த இறக்கையை உதறியபடி அவனை நோக்கி வேகமாக மிக வேகமாக ஓடிவந்து, பறக்க எத்தனித்துக் கீழே விழுந்து, மீண்டும் பறக்க எத்தனித்துக் கீழே விழுந்து அவனுடைய கால்களைக் கொத்தியது

அவனுடைய கால்களை மிகக்கூர்மையாகக் கொத்திக் கொத்தித் தின்றது. அவன் அசையாமல் அப்படியே உறைந்து நின்றான்.

கால்களில் நரம்புகள் அறுந்து ரத்தம் வழிந்தது. சிறிது நேரத்திலேயே கழுத்தை உதறியபடி உடலைத் தரையில் தேய்த்து இழுத்துக்கொண்டே செத்துப்போனது.

அசைவற்று நின்றவன் குனிந்து மரித்த கோழியைக் கையிலேந்திப் பார்த்தான், அரைக்கண் திறந்தபடி அவனுடைய மனைவியின் முகச்சாயலில் கிடந்தது.

●

பிரம்ம முகூர்த்தம்

நான்கு நாட்களாக மழை நசநசத்துக் கொண்டிருந்தது. மொத்தமாகத் தெருக்களில் நீர்வரத்து பெருகித் தாழ்வான இடங்களை நிரப்பியும் அடங்காமல் ஓடிக் கொண்டும் இருந்தது. நெகிழிக் குப்பைகள் குழிகளையும் மடைகளையும் அடைத்துக் கொள்ள சாலைகள் தெப்பக் குளமாகக் காட்சியளித்தன. மரக்கிளைகளில் ஒண்டிக் கொள்ள வாகில்லாமல் காகங்கள் ஏசியின் அவுட்டோர்களின் இடுக்குகளில் ஒதுங்கிக் கொண்டு ஈரமான இறகுகளை உலர்த்த உதறிக் கொள்கின்றன. ஒண்டிக் கொள்ள இடமற்ற பூனைகள் சில செத்து மிதக்க, பிழைத்தவை நடுக்கத்தில் கிடந்தன.

அவனுக்குத் தெருவைப் பார்த்துக் கொண்டே இருக்க வேண்டும் என்று தோன்றியது. வெனிஸ் நகரத்துச் சாலைகளைப் போல் சென்னை மிதக்கிறது என எண்ணிக் கொண்டான். வெயிலில் காய்ந்து பொசுங்கும் தார்ச்சாலை தற்போது கண்ணுக்கே தெரியவில்லை. கலங்கலான குப்பைகள் மிதக்கும் தண்ணீரில் இறங்கி நடக்க மனம் இடம் தரவில்லை. என்னென்ன குப்பைகள் மிதக்கிறதென மனதுக்குள் குறிப்பெடுக்கத் தொடங்கினான், பட்டியல் நெடும் பாதையாகிப் போனது. பால் பாக்கெட்டிலிருந்து குப்பைக் கவர் வரை நெகிழிகள் மட்டுமே எழுபது சதவீதம் அடைத்திருந்தன.

உலகில் நெகிழி அழிக்க முடியாத ராட்சத பூச்சியாக உருமாறி இருப்பதை மனித இனம் ஒருபோதும்

உணர்வதாகத் தெரியவில்லை. பூமி உருண்டைக்கு ஆணுறை அணிவித்ததுப் போல் நெகிழியை யோசித்தான். இனி பூமிக்குக் குழந்தைகள் பிறக்கப் போவதில்லை ஆணுறையில் உறைந்த துளிகளில் இருந்து செயற்கை பூமியை வேண்டுமானால் உருவாக்கிக் கொள்ளலாம். மழையும் மரங்களும் காற்றும் விரைவில் நின்றுவிடும். அதிகபட்சமாக நூறு வருடங்கள் அதற்குப் பிறகு மனிதனுக்குச் சுவாசிக்க எதுவும் இருக்காது. ஸ்தம்பித்துவிட்ட போக்குவரத்து சிக்னலைப் போல் இந்த நான்கு நாட்களும் அவனுக்குள் எதிர்கால அக்கறையைக் கிளர்த்தி விட்டிருந்தன. ஈரவாடையும் மின்சாரமற்ற அமைதியும் அவனுக்குப் பிடித்துப் போயிருந்தது.

அலைபேசி அணைந்து போய் இரண்டு நாட்களாகி விட்டது. அலுவலகத்திலிருந்தோ, ஊரில் இருக்கும் உறவுகளிடமிருந்தோ, நண்பர்களிடமிருந்தோ, அழைப்பு வந்திருக்க வாய்ப்புள்ளது ஆனால் இணைப்பு துண்டிக்கப்பட்ட காரணங்களைச் செய்திகளின் வாயிலாகத் தெரிந்திருப்பார்கள். யாரேனும் தனக்காகப் பிரார்த்தனை செய்திருக்கக் கூடும் என நம்பினான். மளிகைப் பொருட்கள் தீர்ந்து போய் விட்டன. பிரட், பால், மெழுகுவர்த்தி, கொசுவத்திச் சுருள், பிஸ்கட், நூடுல்ஸ், வாழைப்பழம், முட்டை என முன்னமே வாங்கி வைத்திருந்ததால் ஓரளவு சமாளித்துக் கொண்டான். தண்ணீர் கேன் இரண்டு இருந்தது. இன்னும் ஓரிருநாள் பிரச்சனையில்லை.

மனம் நீண்ட தனிமையை உணரத் தொடங்கியிருந்தது. வாழ்வின் பெரும்பகுதியை அலைபேசிக்கே கொடுத்து விட்டிருந்ததைப் பெருத்த அவமானமாகக் கருதினான். காலையில் கண்களைத் திறந்தவுடன் என்னவோ தலை போகிற அவசர தகவல்கள் இருப்பதாக மனம் அலைபாய்ந்து படுக்கையை விட்டு எழுந்திருக்கக் கூட மறந்து அப்படியே அலைபேசியில் மேய்ந்து கொண்டிருந்ததும் அவசர அவசரமாகத் தயாராகி அலுவலகத்திற்கு ஓடுவதும் வாடிக்கையாக இருந்தது. இரவின் முக்கால் பங்கினை ரீல்ஸ் பார்ப்பதற்காகச் செலவிட்டதை நினைத்தான். யாரோ யாருடனோ சிரிப்பதையும் கலாய்ப்பதையும் சண்டை போடுவதையும் ஸ்க்ரோல் செய்து பார்ப்பதால் தனக்கு என்ன கிடைத்தது? வீட்டு வாசல்களில் அமர்ந்து வெற்றிலையை மென்றபடி அடுத்த வீட்டு சங்கதிகளைப் புறம்

பேசும் செயல்பாட்டின் நவீன வடிவம் தான் இந்த ரீல்ஸ். உண்மையில் ஆண்கள் இதில் சற்றும் சளைத்தவர்கள் இல்லை.

அமைதியும் இயற்கையும் அவன் மனதை ஆழ உழுது அக்கம் பக்கத்து மனிதர்களின் தும்மல் இருமல், மூச்சுக் கூட தெளிவாகக் கேட்டது. மழைத்துளி விழும் சப்தம் போருக்கு முன்னமாகத் தண்டோரா போடும் அதிர்வலையில் கேட்டுக் கொண்டிருந்தது. சம்மணம் போட்டு அமர்ந்தான். இடுப்பில் கட்டியிருந்த டவல் அமர்வதற்குத் தோதாக இல்லை. அதைக் கழற்றி வைத்துவிட்டு நிர்வாணமாக அமர்ந்தான். பிறப்பிற்கும் இறப்பிற்கும் இடையிலிருப்பது இடையில் இருக்கும் துணி மட்டும் தானா என்று நினைத்தான். அவன் கழற்றி வைத்த டவலை ஏளனமாகப் பார்த்துச் சிரித்தான்.

ஆறு வீடுகள் மட்டுமே இருக்கும் அபார்ட்மெண்டின் முதல் தளத்து முன்புற வீட்டில் தனியாக வசித்து வரும் பிரம்மனுக்கு மற்ற வீடுகளில் வசிப்பவர்களை இந்த நான்கு நாட்கள் பெய்த மழைதான் அறிமுகம் செய்தது. முதல் தளத்தில் வசிக்கும் வயதான தம்பதியினர் தங்களின் மகன் அமெரிக்காவில் வசிக்கும் பெருமையைச் சோகம் நிரம்பிய முகத்துடன் விவரித்தார். கீழ் தளத்தில் வசிப்பவர்கள் மழை நீடிக்குமென்ற தகவல் வந்த போதே தங்கள் உறவினர்கள் வீடுகளுக்குச் சென்றிருந்தார்கள்.

மேல் தளத்தில் இருக்கும் குழந்தை ஓயாமல் அழுது கொண்டே இருக்கிறாள் அவளது தாய்க்கு அவளைத் தோளில் போட்டு முதுகைத் தட்டிக் கொடுத்து உறங்க வைக்கத் தெரியவில்லை. வாய் வலிக்க "ச்சோ ச்சோ ச்சோ" என்றே ஆற்றுப் படுத்த முயல்கிறாள். பிரம்மாவுக்கு எரிச்சலாக இருந்தது. குழந்தைகளின் அழுகுரலை உடனே நிறுத்தவில்லை என்றால் அவை துயரத்தை அழைத்து வருமென்று அத்தை அடிக்கடி கூறியது நினைவுக்கு வந்தது.

அவனுக்கு நினைவு தெரிந்ததில் இருந்து அத்தைதான் அவனை வளர்த்து வந்தாள். இளம் பிராயத்தில் தாயைப் பறிகொடுத்த வலியை அறியா வண்ணம் அத்தை காவேரி பார்த்துக் கொண்டாள். அப்பாவின் உடன் பிறப்பு. அண்ணாவின் மீதுள்ள பாசத்தினால், அண்ணி இறந்த நாளில் ஊரார் முன்னிலையில் தாய்ப்பாலுக்காகக் கதறியவனை மார்போடு அணைத்துக் கொண்டு தனியறை சென்றவள் தன்னுடனேயே

வைத்துக் கொண்டாள். இவனை உறங்க வைக்க நெஞ்சோடு அணைத்து முதுகில் உள்ளங்கையால் தட்டிக் கொடுத்து மெல்லிய குரலில் பாடுவாள்,

“ஆராரோ ஆராரோ
உன்னையடிச்சது யாராரோ
தாலேலோ தாலேலோ
தங்கச் சிலையே தாலேலோ
அத்தைக்கு வயிறுமில்லை
அம்மைக்கி வாழ்வுமில்லை
பிள்ளைக்கி கொடியுமில்லை
பூச்சிக்கி வாயுமில்லை
ஆராரோ அடி ஆராரோ
உன்னையடிச்சது யாராரோ
எட்டூரு சந்தைக்கித்தான்
எம்பாட்டன் போயிருந்தான்
ஏறாத மலையேறி
எவ்வுசுற தந்திருந்தான்
ஆராரோ அடி ஆராரோ
உன்னயடிச்சது யாராரோ
காணாத சீமைக்கித் தான்
கண்ணே நீ போவோனும்
மன்னாதி மன்னோனா
மங்கலமா வாழோனும்
அம்மையத கேக்கோனும்
அத்தையத பாக்கோனும்”

அத்தையின் பாடலும் வரிகளும் இரவு முழுக்க நீளும். வாயில் வந்தவை எல்லாவற்றையும் பாடுவாள். ஒருமாதிரி அடித்தொண்டையிலிருந்து முனகுவதைப் போல சன்னமாகப் பாடும் பொழுது தூக்கம் கண்களை மறுப்பின்றித் தழுவிக் கொள்ளும். அப்பாடலும் அத்தையின் குரலும் ஒரு மாயக்கயிறு. அந்த ஊஞ்சலில் தான் பிரம்மா இளம் வயதில் தொங்கிக் கொண்டிருந்தான். உணவு ஊட்டுவதற்கென மாயக் கயிறு வேறொரு பாடலைப் பாடி இழுக்கும். அத்தையின் குரலைக் கயிறாக்கிக் கெட்டியாகப் பிடித்துக் கொண்டிருந்தவனை மேல்நிலைப் பள்ளிப் படிப்பிற்காக அப்பா சென்னையிலுள்ள விடுதியோடு இணைந்த பள்ளியொன்றில் சேர்த்து விட்டார்.

இரயில் நிலையத்தில் அத்தை அழுதது இன்னமும் நினைவிருக்கிறது. நிறைமாத கர்ப்பிணியான அத்தை இரயில் நகரும்போதும் வயிற்றைத் தள்ளியபடி நகர்ந்து வந்து சன்னலில் இவனது கைகளைக் கெட்டியாகப் பிடித்துக் கொண்டிருந்தாள். அவளது கணவர் எங்கே அவள் விழுந்து விடுவாளோ என்று பதறி கைகளை விடுவித்து விட்டார். இரயில் மெதுவாக வேகமெடுத்தது. அவளது குரலென்னும் மாயக் கயிற்றின் ஒவ்வொரு நூலும் வலுவிழந்து அறுகத் தொடங்கியது.

பள்ளி விடுதியின் காப்பாளர் வேறு மாதிரியான தாம்புக் கயிற்றை அவனது கழுத்தில் போட்டு இழுத்தார். இம்முறை அவனுக்கு மூச்சு முட்டியது. பிடிக்காத உணவை விழுங்கும் போது தொண்டைக் குழியில் உருளும் கூழாங்கற்களை உணர்ந்தான். காப்பாளர் காரணமேயில்லாமல் பிரம்பால் கட்டிலின் கால்களை அடித்து ஒரு சப்தத்தை உருவாக்குவார் தனது கட்டிலின் மேல் அடிக்கும் போது அவரை அப்படியே மல்லாக்காகச் சாய்த்துப் பிரம்பினைப் பிடுங்கி அடிக்க வேண்டும் போல தோன்றும் கைகளை முறுக்கிக் கோபத்தை அடக்கிக் கொள்வான்.

முழு ஆண்டுத் தேர்வின் விடுமுறைக்கே அப்பா அவனை ஊருக்கு வர அனுமதித்தார். அத்தையின் மாயக்கயிற்றில் இப்போது வேறொருத்தி ஊஞ்சலாடிக் கொண்டிருந்தாள். அத்தை அக்கயிற்றை இரண்டாகக் கத்திரிக்க முயன்று தோற்றுப் போனதை உணர்ந்து இவனாக ஒதுங்கிக் கொண்டான். பள்ளியும் கல்லூரியும் வேறொரு உலகமாக அவனை அரவணைத்துக் கொண்டன.

பால்கனியில் சென்று சாலையைப் பார்க்கிறான். தண்ணீர் ஓரளவு வடிந்திருக்கிறது. தேங்கிய நீரில் சிறுவர்கள் விளையாடத் தொடங்கிவிட்டார்கள். மாடியிலிருந்து குழந்தையின் அழுகுரல் நின்றபாடின்றி ஒலித்தது. இப்படியே அழுதால் சீக்கிரமே மயங்கி விடும் அல்லது விபரீதமாக எதாவது நடந்து விடுமெனத் தோன்றியது. அரைக்கால் ஷாட்ஸையும் டீசர்ட்டையும் அணிந்து மாடிக்குச் சென்றான். திறந்தே கிடந்த கதவின் அருகிலேயே ஆறுமாதக் குழந்தையை மடியில் கிடத்தி வானத்தை வெறித்தபடி அமர்ந்திருந்தவளை அழைத்துப் பார்த்தும் திரும்பாததால் தோளைத் தொட்டு உலுக்கினான். மின்சாரம் தீண்டியது போல அதிர்ந்தவள் வெடுக்கெனக் குழந்தையைத் தூக்கித் தோளில் போட்டபடி இவனைக் கலக்கமாகப் பார்த்தாள்.

"ஏங்க கொழந்த அழுதுகிட்டே இருக்கு எதாச்சும் ஒடம்பு சரியில்லையா டாக்டர்ட்ட போனுமா என்ன? உங்க ஹஸ்பண்ட் இல்லையா?"

"இல்லைங்க சார் அதெல்லாம் ஒன்னுமில்ல.. அவர் வெளியூருக்குப் போயிருக்கார்.. சரியாயிடும்."

"ஏங்க ஒன்னுமில்லன்னா எதுக்குங்க விடாம அழுதுகிட்டே இருக்கு."

"சார் இனிமே அழாம பாத்துக்கறேன். நீங்க வந்து கேட்டதுக்கு ரொம்ப தேங்க்ஸ்."

"அட என்னம்மா இதுக்கெல்லாம் போயி தேங்க்ஸ் அது இதுன்னு.. நான் கீழத்தான் இருக்குறேன், எதாச்சும் உதவின்னா கூப்பிடுங்க சரியா?"

"சரிங்க சார்."

"அப்புறம் இந்த சாரு மோரெல்லாம் வேனாம் பிரம்மான்னே கூப்பிடுங்க."

"ம்ம்.. சரிங்க."

அவளுக்குப் பேசப் பிடிக்கவில்லை என்பதை விட பேசுவதைத் தவிர்க்கிறாளெனத் தெளிவாகப் புரிந்தது. கீழிறங்கி வந்தான். அடுக்களைக்குச் சென்று நூடுல்ஸ் தயாரிக்க தண்ணீரைக் கொதிக்க வைத்தான். இறுதியாக இருந்த ஒரு சிகரட்டைப் பற்ற வைத்து நான்கு இழுப்புகளுக்குப் பிறகு அணைத்து தூக்கியெறியாமல் அலமாரியில் ஓரமாக வைத்துவிட்டு நூடுல்ஸை கைகளால் நான்காக நொறுக்கிக் கொதி நீரில் போட்டான். மசாலா பாக்கெட்டை பற்களால் கடித்து நூடுல்ஸில் தூவினான். காற்றில் பறந்த மசாலாப் பொடி கண்ணில் சட்டென விழ விரலால் கண்ணைத் தேய்த்து மேலும் சிவப்பாக்கினான். பாத்ரூமிற்குச் சென்று குவளைத் தண்ணீரைக் கண்ணில் ஊற்றி கழுவ, கண் கொஞ்சம் கொஞ்சமாகத் தெளிந்தது.

மீண்டும் குழந்தையின் அழுகுரல் முன்பை விட சப்தமாகக் கேட்டது. இம்முறை சற்று பக்கமாகக் கேட்கவே வேகமாக வெளியே வந்தான். அவனது வீட்டின் வாசலிலேயே போர்வை ஒன்றில் குழந்தையைப் போட்டுச் சென்றிருந்தாள். அவனுக்குக் கோபமும் எரிச்சலும் அதிகமாக குழந்தையைத் தூக்கிக்

கொண்டு வேகமாக மாடிக்குச் சென்றான். அவளது வீட்டின் கதவு உட்புறமாகத் தாழிட்டிருந்தது. தட்டினான் திறக்கவில்லை. வேகமாகத் தட்டினான். உள்ளே ஏதோ உருளும் உடையும் சப்தம் கேட்கவே பதட்டமானான். சன்னல் வழியாக உள்ளே பார்த்தான். அவள் தூக்குப் போட்டுத் தொங்குவதற்குத் தயாராக இருந்தாள்.

அவளுடைய கழுத்தில் நீல வண்ண சேலையின் ஒரு முனையை இறுக்கமாகக் கட்டியிருந்தாள். மறுமுனை ஃபேனில் இருந்தது. மர ஸ்டூலில் இருந்த கால்கள் ஸ்டூலைத் தள்ளுவதற்கு முயற்சிக்கின்றன. அவளது கால்களுக்கும் ஸ்டூலுக்குமிடையில் அரை இன்ச் இடைவெளியிருக்கிறது அதனால் அவளுக்கு ஸ்டூலை நெட்டித் தள்ள இயலவில்லை. அந்த முயற்சியில் தான் அருகிலுள்ள தண்ணீர் பாட்டில் விழுந்திருக்கிறது. சன்னலின் வழியாக அவன் அவளை இறங்கச் சொல்கிறான். அக்கம்பக்கத்து ஆள்களை அழைக்க சப்தமிடுகின்றான். சில தலைகள் எட்டிப்பார்த்துச் சுதாரிப்பதற்குள் அவள் வீட்டின் கதவை உடைத்து உள்ளே சென்று அவளைப் பலவந்தமாகக் கீழே இழுத்துக் கழுத்திலுள்ள சுருக்கை அவிழ்த்து விடுவித்திருந்தான்.

சுற்றிலுமுள்ளவர்கள் ஆளாலுக்குக் கருத்துகள் சொல்லிச் சென்றனர். அவளைக் காவல் நிலையத்தில் ஒப்படைப்பதே பலருக்குச் சரியாக இருந்தது. குழந்தையின் தேவையைக் கருத்தில் கொண்டு எச்சரிக்கை செய்து கலைந்து சென்றனர். அவன் மட்டும் அவளோடு பேச வேண்டுமென அங்கேயே நின்றான்.

“கொஞ்சமாச்சும் அறிவு இருக்கா.. பைத்தியக்காரி நீ பாட்டுக்குச் செத்துப் போயிடுவே இந்தக் கொழந்தைய யாரு பாத்துக்குவா?”

“மன்னிச்சுடுங்க சார்.”

“மயிறு..”

“சார் இது என்னோடக் கொழந்தையே இல்ல சார்.”

“அடிப்பாவி என்ன சொல்றே?”

“சார் எம்பேரு கங்கா.. எனக்கு யாருமேயில்ல சார், ஆஸ்ரமத்துல வளந்தேன் அங்கேயே படிச்சேன் வேலைக்குப் போக ஆரம்பிச்சதும் ஒருத்தனை லவ் பண்ணி கல்யாணமும் பண்ணிக்கிட்டேன். கொஞ்ச நாள் முன்னாடி நாங்க

போய்ட்டிருந்த பைக் எதிர்ல வந்த லாரில மோதி டிவைடர தாண்டி ஆற்றுப் பாலத்துலேந்து தூக்கி எறிஞ்சுடுச்சு.. தண்ணீர் இல்லாத காரணத்துனால பாறைல மோதி அவர் செத்துப் போய்ட்டாரு. நான் மண்ணுல விழுந்து பொழச்சிக்கிட்டேன் தலைல மட்டும் பலமா அடிப்பட்டிருந்திச்சு. கொஞ்சம் கொஞ்சமா மீண்டு மறுபடியும் வேலைக்கிப் போக ஆரம்பிச்சேன். அப்பதான் எனக்கு மண்டைல அடிபட்டதுல மூளையோட நரம்புகளெல்லாம் டேமேஜ் ஆகியிருக்குன்னும் எல்லாமே அப்பப்போ மறந்து போகுமுன்னும் சொன்னாங்க. ஆஃபிஸ்லயும் சரியா வேல பாக்க முடியலன்னு அனுப்பிட்டாங்க."

"சரிம்மா அப்ப இந்தக் கொழந்த யாரோடது?"

"சார்.."

"ம்ம் சொல்லும்மா பயப்படாதே."

"சார் சத்தியமா இந்தக் கொழந்த என்னோடது இல்ல."

"அது புரியுது வேற யாரோடதுன்னு சொல்லுங்க அவங்ககிட்ட ஒப்படச்சுடலாமில்ல."

"சார் இந்தக் கொழந்த யாரோடதுன்னே தெரியல சார்."

"வ்வாட்.. என்னமா சொல்றே?!"

"சார் ஒருதடவ பஸ் ஸ்டாண்ட் பாத்ரூம்க்கு அவசரமா போயிட்டுத் திரும்பிட்டு இருந்தப்ப ஒரு அம்மா இந்தக் கொழந்தைய ஒரு அஞ்சு நிமிஷம் பிடிங்க பாத்ரூம் போய்ட்டு வந்து வாங்கிக்கறேன்னு சொல்லிக் கொடுத்துட்டுப் போனாங்க ஆனா அப்புறமா வரவே இல்ல."

"அதெப்படி கொடுத்தவங்க வராம போவாங்க.. உண்மைய சொல்லு நீதானே தூக்கிட்டு வந்தே. அதுக்கப்புறம் போலீஸ் ஸ்டேசனுக்குப் போயி ஒப்படச்சிருக்கலாமில்ல.. நீ பாட்டுக்குத் தூக்கிட்டு வந்துட்டு இப்ப கத சொல்றியா?"

"இல்ல சார் எங்க அம்மா மேல சத்தியமா நம்புங்க."

"சரி அப்புறம் எதுக்குடி தூக்குப் போட்டுச் சாவப்போறே.. அதுவும் என் வீட்டுக்கு முன்னாடி போட்டுட்டு."

“சார் எனக்கு அடிக்கடி எல்லாமே மறந்து போயிடுது சார் இந்தக் கொழந்தைய என்னால பாத்துக்க முடியல.. என் தலைவலியையும் தாங்கிக்க முடியல ஒங்க மண்டைல யாராவது ஓங்கி நூறு தேங்காய போட்டு ஒடச்சா எப்படி இருக்கும் அப்படி இருக்கும் சார் அந்த வலி.. கொழந்தைய நான் வளந்த ஆஸ்ரமத்தில போட்டுட்டு சாகனும்னு நெனச்சிருந்தேன் ஆனா மழ வந்து கெடுத்திருச்சு.”

“அது எப்படிம்மா சாகனுங்கறத மட்டும் மறக்காம ஞாபகம் வச்சிருக்க.”

“வலி சார் வலி.. வலி மண்டையப் பொழக்கும் போது சாகனும்னு தோனிக்கிட்டே இருக்கும்.. நீங்க வந்து பேசிட்டு போனதும் ஒங்க மேல ஒரு நம்பிக்க வந்திச்சு இந்தக் கொழந்தைய பத்திரமா பாத்துக்குவிங்க இல்லனா பாத்துக்குற எடத்துல சேத்துடுவிங்கன்னு.”

“அதனால தான் எங்கிட்ட போட்டியா’?”

“ஆமாம் சார்.”

“இப்ப என்ன பண்ண போறே மறுபடி தொங்கப் போறியா இல்ல எதையாச்சும் தின்னுட்டு சாவப்போறியா.. அத்தன பேரும் ஒன்ன போலீசுல ஒப்படைக்க சொன்னாங்க நாந்தான் பேசி கொழந்தைக்காக விட்டுடலாம்ன்னு சொல்லி அனுப்பியிருக்கேன் புரியுதா?”

“சார் நானும் வாழத்தான் ஆசைப் படறேன் என் வலி என்னை வாழ விடமாட்டேங்குது.”

“ம்ம்ம்.. சாரி கங்கா நான் கெளம்பறேன்.”

“சாரி பிரம்மா.. ரொம்ப கஷ்டப்படுத்திட்டேன்.”

“இட்ஸ் ஓகே.”

“இங்கேயே இருந்திடறிங்களா?”

“ஏன்? என்னாச்சு?”

“இல்ல இன்னைக்கு மட்டும் எங்கூட. கரண்ட் இல்ல இருட்டா இருக்கு பாப்பாவும் அழுதிட்டே இருக்கா நீங்க இருந்தா கொஞ்சம் உதவியா இருக்கும்.”

“இல்ல.. எனக்கு வேலை இருக்கு நான் கௌம்பறேன்.”

“கொஞ்ச நேரமாச்சும் இருந்துட்டுப் போயேன் பிரம்மா.”

அவனால் மறுக்க முடியாத குரலும் அழைப்பும் அது. தலையை அசைத்துச் சம்மதம் சொன்னான். வாஞ்சையோடு குழந்தையை அவளிடமிருந்து பெற்று மார்போடு அணைத்தபடி அத்தையின் மாயக்கயிற்றை இருவரின் மீதும் வீசினான். கரகரப்பானக் குரலில் பாடத் தொடங்கினான். மனசாட்சியே இல்லாமல் அவள் பாராட்டிச் சிரித்தாள். அவர்களிருவரையும் இறுக்கமாகக் கட்டி தன்னுலகத்திற்குக் கடத்திச் சென்றான். அவளுக்காக நூடுல்ஸை எடுத்து வந்து கொடுத்தான்.

உயிருக்குப் போராடும் பூனைகளின் குரல்களும் நிலவைப் பார்த்து ஊளையிடும் நாய்களும் கொர்ரக் கொர்ரக் என்னும் தவளைகளின் ஒலியும் அவனை அவளிடம் நெருங்கச் செய்தன. முதலில் தயங்குவது போல் பாசாங்கு செய்தவளிடம் தலைவலியை மொத்தமாக நீக்கும் மருந்தெனக் காமம் இருக்கலாமென ஆடைகளை அவிழ்த்தான். முன்னொரு காலத்தில் நீரோடு நீர்ப் புணர்ந்தால் பெருமழை பெய்யுமெனக் காதலி சொல்லி இருந்தாள். அவளின் முகத்தை இவளுக்கு ஒட்ட வைப்பதில் மனதுக்கு எந்தச் சிரமமுமில்லை. மழைக்காலத்துச் சப்தங்களில் அவர்களின் முயங்கும் சப்தம் செம்புல நீராகக் கலந்தது.

“கங்கா நீ எங்கே பிறந்தாய்?”

“பிரம்மா நீ எங்கே பிறந்தாய்?”

பிரம்மா தூக்குப் போட்டுத் தற்கொலை செய்து ஆறுமாத காலமாகியும் அந்த வீட்டிற்கு வாடகைக்கு யாரும் வரவில்லை. வீட்டின் அடித்தளத்தைக் கரையான்கள் அரித்துக் கொண்டிருந்தன. காவேரி அத்தையின் கயிற்றை அரித்த அதே கரையான்கள் அவை.

சூசை

“மனிதர்களின் கேடு தொடைகளிலிருந்து தொடங்கித் தொடைகளிலிலேயே முடிந்தும் விடுகிறது.”

துண்டுச் சீட்டை வாசித்தவுடன் முகம் சிவந்து,

“புனிதப் பணிக்காகவே தம்மை ஒப்புக் கொடுத்திருக்கும் புனிதமான சேவகரான பாதிரியாரிடம் இதை வாசிக்கக் கொடுக்கறோம்னு உனக்கு வெட்கமா இல்லையா மை சன்.”

“இல்லை ஃபாதர் நீங்கள் அந்தப்புரம் புண்ணியங்களின் பக்கம் நிற்க, என்னைப் பாவங்களின் பக்கம் நிறுத்திய விதியின் பெயரால் தமது பாவங்களை ஒப்படைக்க வந்திருக்கும் பாவியிடமிருந்து வேறு எந்த மாதிரியான சொற்களை எதிர்பார்க்கிறீர்கள்?”

“ஓஹ் மை சன்.. உலகத்திலுள்ள எல்லாத் தேவாலயங்களுக்கும் புனிதங்கள் இருக்கின்றன. உன்னைப் போல் பாவிகளால் அவை வலிகளைச் சுவைக்கின்றன. ஹ்ம்ம்ம் எல்லாம் காலத்தின் கட்டாயமாகப் போயிற்று.”

“எந்தக் காலத்தைப் பற்றி பேசறிங்க?”

“பாவம் செய்யாத மனிதன் இருந்த காலமென்று ஒருக்காலமும் நிச்சயமாக இருந்ததில்லை, மனதார ஒப்புக்கொள்கிறேன். ஆனால் இப்போது பாவங்கள் கரப்பான்பூச்சியைப் போல் பெருகிக் கிடக்கின்றன அதைத்தான் சொன்னேன்.”

“புனிதர்கள் மட்டும் தான் உள்ளே வரனும்னா, மன்னிப்புக் கூண்டுக்கு இங்க என்ன வேலை.. அதுமட்டுமில்லாம அன்னிக்கு ஆதாமும் ஏவாளும் பாவம் பண்ணினதால தானே பூமிக்குத் துரத்தப்பட்டு இவ்வளவு பெரிய உலகத்தையே இறைவன் உண்டு பண்ணினதா சொன்னீங்க.. அப்ப காலத்தின் கட்டாயம்னு ஏன் காலத்தைக் குறை சொல்லுறிங்க?”

“ம்ம் உன்னைப் போன்றவர்களுக்கு கேள்விகள் மட்டும் தான் கேட்கத் தெரியும்.. ஒவ்வொரு செயலுக்கும் பின்னாடி உள்ள சத்தியத்தின் ஆளுமையும் மனிதகுலக் கோட்பாட்டுப் பகுத்தறிவும் நுண்ணோக்கும் ஆராய்ந்து அறியும் பொறுமையும் அதை அறிந்து கொள்ளும் ஆர்வமும் சுத்தமா கிடையாது. யார் என்ன சொன்னாலும், அதிலுள்ள நாலு கருத்துகளை உங்களுக்குச் சாதகமா பயன்படுத்திக்க மட்டும் நல்லா தெரியும். உங்களுக்கு புரிய வைக்குற மாதிரி யாராலயும் அறிவுரை சொல்ல முடியாத அளவுக்கு விவாதம் பண்ண மட்டும் மூளையைத் தயார் செய்து வைத்திருக்கிறிங்க.. ஒன்னும் சொல்லுவதற்கில்லை. கர்த்தர் உன்னை ஆசீர்வதிப்பாராக.. சொல்லு மை சன் அப்படி எந்தப் பாவங்களுக்காக அதாவது எப்பேற்பட்ட பாவங்களைக் களைய இங்கே வந்திருக்கே?”

“கர்த்தரைப் போல அத்தனை கடவுள்களும் இருந்திருந்தால் எவ்வளவு நல்லா இருக்கும். அட்லீஸ்ட் இந்த மனிதர்களாவது கர்த்தரைப் போல் இருந்திருக்கலாமே.”

“அப்படியெல்லாம் இருக்க முடியாதுப்பா. அதனாலதான் அவர் கர்த்தராக இருந்து நம்மை இரட்சிக்கிறார்.”

“அதுகூட பரவால்ல ஃபாதர்.. நீங்க நானு அம்மா, அப்பா, பனிமலர், மல்லிகா, கதிஜா, நேசம், பெவின் எல்லாரும் மனுஷங்க பலகீனமானவங்க பாவம் செய்யலாம் மன்னிப்பு கேக்கலாம் தப்பில்ல.. ஆனால் மத்த மத்த கடவுளுங்க நம்ம கர்த்தரப் போல மன்னிக்கத் தயாராயில்ல. அது ஏன்னு என்னிக்காச்சும் கேட்டிருக்கிங்களா?”

“சூசை நீயும் நானும் வாழும் இந்தப் பிரதேசத்த காப்பாத்துறதுக்கு நாலாயிரம் கடவுள்களுக்கு மேல இருக்காங்க, அதுல கர்த்தர் மட்டும் தான் எத்தனை பாவங்கள் செய்தாலும் என்னிடம் வாருங்கள் மன்னிக்கிறேன்னு கைகளை விரித்து அழைக்கிறார். ‘தன் பாவங்களை மறைக்கிறவன் வாழ்வடையமாட்டான்;

அவைகளை அறிக்கை செய்து விட்டுவிடுகிறவனோ இரக்கம் பெறுவான்' என்று நீதிமொழிகள் 28:13" இல் குறிப்பிடுகிறார்."

"ஓஹ் இதை இப்படியும் எடுத்துக்கலாமா ஃபாதர் கர்த்தர் மன்னிக்கிறாருங்கற தைரியத்துல தான் நிறைய பாவங்கள் நடக்கின்றனன்னு."

"நோ அது தவறான கருத்து. மன்னிக்கறது மூலமா ஒருத்தனுக்குத் திருந்தி வாழறதுக்கு மறுவாய்ப்பைக் கர்த்தர் தருகிறார். சாத்தானின் பிடியிலிருந்து தன்னை விடுவித்துக்கொள்ள மனிதன் தீர்க்கமா முயற்சிக்கும் போது, தனது பலவீனங்களால் முதலில் தோல்வியடைகிறான். மன்னிப்பு அவனைப் பலப்படுத்தும் அந்தப் பலத்தோடு சாத்தானை வெற்றி கொள்கிறான். ஏன் இந்தச் சட்டமும் அதைத் தானே செய்யுது. அவரவர் குற்றங்களுக்கு ஏற்றார் போல தண்டனைகளை அமைச்சு வச்சிருக்கு."

"சரி ஃபாதர் இதைப் பற்றி அப்புறமா பேசுவோம் இப்போதைக்கு என்னுடைய பாவங்களை வார்த்தைகளா வாங்கிக்கிட்டு மன்னிப்பைக் கொடுங்க."

"நம்முடைய பரலோகத் தகப்பன் கருணைக் கடவுள், அவர் நம்முடைய எல்லா அத்துமீறல்களையும் பாவங்களையும் மன்னிக்க எப்போதும் தயாராக இருக்கும் கடவுள். இந்தக் காரணத்திற்காக அவர் தம்முடைய குமாரனாகிய இயேசு கிறிஸ்துவை நம்முடைய இரட்சிப்பின் இறுதி விலையைச் செலுத்தும்படி அனுப்பினார். கிறிஸ்து இயேசு நாம் தேவனுடைய நீதியாக ஆகும் படி, இயேசு பாவமாக ஆனார். நான் கொரிந்தியர் 5:21." நீயும் உன் மனமுருகி அவரிடம் பேசிக் கொள் மகனே."

"நாம் அவருக்குள் தேவனுடைய நீதியாகும்படிக்கு, பாவம் அறியாத அவரை நமக்காகப் பாவமாக்கினார். 5:21 கொரிந்தியர். நீயும் உன் மனமுருகி அவரிடம் பேசிக்கொள் மகனே."

"கடவுளே! உங்கள் நிபந்தனையற்ற கருணையை எனக்குக் காட்டுங்கள், பாவம் என்னை இயேசுவின் நாமத்தில் சுய அழிவுக்கு இழுக்க விடாதீர்கள்." இருகரமேந்தி சூசை வேண்டிக்கொண்டான்.

“சூசை என்று அழைக்கப்படும் நீவிர், இப்போது உன்னுடைய ஆத்மார்த்தமான தூய நம்பிக்கையின் பெயரால் உமது பாவங்களை மன்னிப்பிற்காக ஒப்புக்கொடுக்கும் மனத்திலிருந்து ஒளிவு மறைவின்றி அனைத்தையும் உரைப்பீராக.”

“ஃபாதர்.. நான் இந்த ஊர்ல தான் பொறந்தது, இதே சர்ச்ல தான் புனித ஸ்நானம் வாங்கி, அப்பம் திணிச்சு என் அம்மா கையில் கொடுக்கப்பட்டேன். என்னோட வாழ்க்கை ரொம்ப குறுகுன வட்டமா இருந்திச்சு. அப்பா, அம்மா, நாய்க் குட்டி சீசர் அவ்ளோதான். சராசரி மிடில் கிளாஸ் குடும்பத்துக்கு உண்டான எல்லா நிறை குறைகளோட வாழப் பழகி இருந்தோம். அப்பாவுக்கு ஈ.பில வேலை. பேருக்கு அரசு வேலைன்னு சொல்லிக்கலாமே தவிர, இந்த மலைப் பிரதேசத்துல மின்சார ஊழியம் செய்யறது எத்தனைக் கடினம்னு உங்களுக்கே புரியும். ஒவ்வொருமுறை போஸ்ட்ல ஏறி மின்சாரக் கம்பியில வேலை பார்க்கும் போதும் அம்மா உயிரைக் கையில புடிச்சுக்கிட்டு உக்காந்திருக்கும். மழையும் குளிரும் வாட்டும் போதும் அப்பாக்கு மட்டும் ஓய்வே கிடையாது. உங்களுக்குத் தெரியுமா ஃபாதர் நாம எதை நினைத்து அதிகமா பயப்படுகிறோமோ அது நம்மை அடைந்தே தீரும். ஹ்ம்ம்ம் என் வாழ்க்கையும் அது போலத் தான் ஒரு ராத்திரியில் ஒரே ராத்திரியில எல்லாமே திசை மாறிப் போச்சு. எந்த மாதிரி ஒரு ராத்திரி வந்துடக் கூடாதுன்னு எங்கம்மா பயந்துகிட்டு இருந்தாளோ அந்த ராத்திரி கதவைத் தட்டிக்கிட்டு வந்துச்சு. முழுசா எரிஞ்சுப் போன கரிக்கட்டையைக் காட்டி உங்கப்பான்னு சொன்னப்ப அஞ்சு வயசுப் பையனுக்கு என்ன புரியும் சொல்லுங்க.”

“ஆண்டவரே.. ரியலி ஸாரி சூசை. உன்னோட வலியை என்னால புரிஞ்சுக்க முடியுதுப்பா. அப்பாவோட இழப்பு மிகப் பெரியது அதுவும் விபத்தில் மரணிப்பது மிகக் கொடுமை அது விபத்து தானே சூசை.”

“எனக்கு எப்படி தெரியும் ஃபாதர். அம்மா சொன்னாங்க, நான் கேட்டுக்கிட்டேன் அவ்வளவுதான். அம்மா என்ன சொன்னாலும் அப்படியே கேட்டுக்குவேன். உதாரணத்துக்கு உங்களைக் காட்டி இது ஒரு பிசாசுன்னு சொன்னாலும் கேட்டு நம்பிடுவேன். என் அம்மாவோட வாய்மொழி மட்டுமே எனக்கு சத்தியம் ஃபாதர்.”

“பிறகு..”

“என் அம்மாவோட நெஞ்சு மேல தான் எப்பயுமே தூங்குவேன். கழுத்துக்குக் கீழ அம்மாவுக்கு வேர்வை வழிஞ்சு அவளோட புடவை ஈரமாவே தான் இருக்கும். அவ கழுத்துல கிடக்குற சிலுவைச் சங்கிலி என் கன்னத்துல பட்டு, பதிஞ்ச சிவந்த சிலுவைக் குறியைப் பாத்துப் பாத்துச் சிரிச்சுக் கிடப்பா அம்மா. அன்னைக்கு அப்படித்தான் படுத்துக் கிடந்தப்ப அப்பாவைக் கரிக்கட்டையா கொண்டு வந்து நடுக்கூடத்துல போட்டாங்க.. தலையிலயும் மாருலயும் அடிச்சுக்கிட்டு அழுது மயங்கிக் கெடந்த அம்மா அதுக்கு பின்னால ஒரு முறை கூட என்னை நெஞ்சுல சாச்சுக்கல.”

“ஏன் சூசை அம்மா அணைச்சுக்கல?”

“எனக்கெப்படி தெரியும் ஃபாதர். தெரிஞ்சா சொல்ல மாட்டேனா? யார் யார் கிட்டயோ கேட்டேன், யாருமே பதில் சொல்லல.”

“சரி அதுக்குப் பிறகு என்னாச்சுன்னு சொல்லுப்பா.”

“அப்புறம் எங்க பெவின் மாமா கிட்ட தான் இருந்தோம். பெவின் மாமா எங்க அம்மாவோட பெரியம்மா பையன். கார் மெக்கானிக்கா இருந்தார். வாரா வாரம் வேற வேற கார்ல வருவார். அம்மாவையும் என்னையும் வெளில கூட்டிட்டு போவார். பீச்சுக்கு, சர்ச்சுக்கு, ஹோட்டலுக்கு, தியேட்டருக்கு எல்லாமே பெவின் மாமா தான் கூட்டிட்டுப் போவார். அவரோட கார்ல போகும் போது, ஏஞ்சல் இறக்கை முளைக்குற மாதிரி இருக்கும். முன்னாடி சீட்டுல உக்காந்துகிட்டு ஜன்னல் வழியே தலையை வெளியே நீட்டிகிட்டே வரும் போது எப்படி இருக்கும் தெரியுமா? தலையை மட்டும் துண்டா அறிஞ்சு கார் ஜன்னல்ல குத்தி வச்சா எப்படி இருக்குமோ அந்த மாதிரி இருக்கும் அப்படியே வானத்த பாக்கும் போது மரக்கிளை, மேகம், காக்கை, குருவி எல்லாமே என்னைத் துரத்திக்கிட்டே வரும் அப்படித் தான் ஒருமுறை தலையைத் தட்டிட்டு மஞ்சள் லாரி நிக்காமப் போச்சு என்னோட உச்சி மண்டைல வழிஞ்ச ரத்தம் மஞ்சள் லாரியில கோடு போட்டு இழுத்துக்கிட்டே போச்சு. பெவின் மாமாக்குப் பெரிய கோபம் வந்துடுச்சு காரை ஸ்பீடா ஓட்டிட்டுப்போய் லாரி முன்னாடி நிறுத்தி டிரைவரை வெளியே இழுத்துப் போட்டு, அடி அடின்னு அடிச்சாரு

மரண அடி. ரோட்ல எல்லாரு நின்னு வேடிக்கை பாத்தாங்க. தெருவோரமா கெடந்த பாறாங்கல்ல தூக்கி, மண்டை மேலயே போட்டுட்டு, “அப்பாலப் போ சாத்தானே அப்பாலப் போ சாத்தானே” அப்படின்னு கத்திக்கிட்டே வந்துட்டோம்.”

“யாரு யாரு மேல போட்டாங்க. அப்புறம் பெவினுக்கு என்ன ஆச்சு? லாரி டிரைவருக்கு என்னாச்சு சூசை?”

“யாருக்குத் தெரியும் ஃபாதர், தெரிஞ்சா சொல்ல மாட்டேனா.”

“கர்த்தரே இந்தப் பிள்ளையை ஆசீர்வதியுங்கள்.. மேற்கொண்டு சொல்லுப்பா.”

“அப்புறம் நேசம் என்னை அவனோட ரூமுக்கு கூட்டிட்டுப் போயிட்டான்.”

“நேசம் யாரு?”

“நண்பன்.. என்னோட ஃப்ரண்ட் நேசம் ஸ்கூல்லேந்து எனக்கு இருக்குற ஒரே ஃப்ரண்ட் அவந்தான். அவனோட அறையில் நிறைய புத்தகங்கள் இருக்கும். அவன் பயங்கர வாசிப்பாளன், நிறைய படம் பாப்பான். நாங்க சேர்ந்து தம்மு தண்ணி அடிப்போம். எப்பயாவது புகை போடுவோம். எனக்கு அம்மாவோட வாசனையை மறக்க வைத்தது புகை வாசனை தான். நேசம் கல்லறைல வாட்ச்மேனா வேலை பார்த்தான். ஒவ்வொரு சாவுக்கும் சரக்கு வாங்கிட்டு வருவான். சமயத்துல நானும் அவன் கூடப் போய் சிமெட்ரியில குழி தோண்ட, காவல் காக்கன்னு இருந்துக்குவேன். ராத்திரி குளிருக்கு எதாவது கல்லறை மேல உக்காந்து சரக்கடிப்போம். ஒரு இரும்பு கேட்டுக்கு அந்தப் பக்கம் உலகம் பரபரப்பா இயங்கிகிட்டு இருக்கும் அந்தக் கேட்ட தாண்டுனா நீண்டு விரைச்சுப் படுத்துக் கிடக்கும் அவ்வளவு தான்.. அவ்வளவு தானே ஃபாதர்.”

“ஆமாம் மை சன் சரியா சொன்னீங்க.”

“அப்படித் தான் நானும் நினச்சுக்கிட்டு இருந்தேன் பனிமலரைப் பாக்கும் வரை.”

“பனிமலர்?”

“ம்ம் ஆமாம் பனிமலர். அவளோட அப்பாவோட பொணத்துக்கு இறுதிச் சடங்கு செய்ய கூட்டத்தோட வந்திருந்தா. அப்ப

நல்ல மழை. ஈரத்தோட நனைந்து கண்ணில் கண்ணீர் வழிய ஒரு பனி ரோசா மாதிரி இருந்தா. பார்த்த உடனே எனக்கு அம்மாவோட ஈர நெஞ்சுல முகம் புதைச்சுத் தூங்கினது ஞாபகம் வந்திருச்சு. அதே போல அவ நெஞ்சும் வியர்வை வழிஞ்சுக் கிடந்துச்சு. எங்கம்மாவோட வார்த்தைகளை விட எதுவும் சத்தியமில்லன்னு வாழ்ந்த எனக்குப் பனிமலரோட கண்களும் புன்னகையும் பேசாத வார்த்தைகளும் கூட சத்தியமுமாகத் தெரிஞ்சுது. ஏதோ ஒரு பிறப்புல அவயெனக்கு எல்லாமுமா இருந்திருந்தான்னு உணர்ந்தேன் முதுகுத்தண்டு சிலிர்க்கச் சிலிர்க்க அவளையே பின்தொடர்ந்து போனேன்."

"பிறகு?"

"பிறகா.. நான் அவளைத் தூரத்துலேந்து ரசிச்சுக் கிட்டே இருந்தேன். எப்படி பேசுறது எப்ப பேசுறதுன்னு நல்ல வாய்ப்புக்காக ஆசையோட காத்துக் கிட்டிருக்கும்போதே நேசம் அவகிட்ட பேசத் தொடங்கிட்டான். ஒரு பெண்ணை என்னிடமிருந்து அபகரிக்க அவனுக்கு அவ்வளவு அவசரமாக இருந்திருக்கிறது. நாம யோசிக்கிறதைச் செயல்படுத்தும் முன்னமே முந்திக்கிட்டு, செஞ்சிடற நண்பர்களுக்கு என்னோட அகராதில துரோகின்னு பெயர் வச்சுக்கிட்டேன் ஃபாதர். என்ன பேசி எப்படி மயக்கினானோ தெரியவில்லை அவளும் மயங்கிப் போயிட்டா.. அழகான பொண்ணுங்க மாதிரி முட்டாளுங்க யாருமே இல்ல. அவளுங்க கர்வம் முழுக்க தன் அழகின் மீதே இருக்குமே தவிர, அறிவுக்கும் அவங்களுக்கும் சம்பந்தமே இல்லை. சத்தியங்களோட சாட்சிகளா தான் இவளுங்கள பார்த்தேன், சாத்தானுக்கு ஒப்புக் கொடுக்கும் பாவிகளாக மாறிப் போயிட்டாங்க ஃபாதர்."

அண்ணார்ந்து தேவாலயத்தின் மேற்கூரையில் வரையப்பட்டிருந்த "இறுதி இராவுணவு (LAST SUPPER)" ஓவியத்தைப் பார்த்து கண்களைக் குறுக்கி வெறிக்கிறான்.

"சூசை சூசை சூசை ஆர் யூ ஓகே."

"யெஸ் ஃபாதர்.. நேசம் பனிமலரை ரூமுக்கே கூட்டிட்டு வந்துட்டான். இரண்டு பேருக்கும் நிறைய ஒற்றுமைகள். புத்தக வாசிப்பு, சினிமான்னு அதனால என்னோட விருப்பம் அவளுக்குப் புரியாமலேயே போயிடுச்சு. அவங்க தனிமைக்கு நான் தொந்தரவா இருக்கேன்னு அத வாங்கிட்டுவா இத

வாங்கிட்டுவான்னு கண்ணடிச்சுகிட்டே வெளில துரத்திடுவான். கதவுக்கு வெளியில அவங்க கொஞ்சிக்குற சப்தங்களைக் கேட்டுக் கேட்டுத் துள்ளத் துடிக்கக் கிடந்திருக்கேன் ஃபாதர்."

"தண்ணிய குடிச்சுட்டுப் பேசு சூசை."

"தேங்க்யூ ஃபாதர்.. அப்பவே நான் அங்கிருந்து போயிருக்கனும்.. மனசு கேக்கல. அப்பா அம்மா இல்லாத பனிமலரை நேசம் நாசமாக்கிடுவான்னு பயந்தேன். அதே போலவே ஒரு நாள் நடந்துடுச்சு. நேசம் அவளைக் கொன்னுப் போட்டுட்டான். யாருக்கும் தெரியாமல் முக்கியமா ஏதோ பேசனும்னு சிமிட்ரிக்கு கூட்டிட்டுப் போய் தன்னோட ஆசைகளைக் கடிதமா எழுதிக் கொடுத்திருக்கான். பனிமலர் வாசிச்சுட்டு விழுந்து விழுந்து சிரிச்சிருக்கா. எதுக்குடி சிரிக்கிறேன்னு கேட்டதுக்குக் கடிதத்தில் நிறைய பிழைகள் இருக்குன்னு சொல்லிக் கிழிச்சு, அவனோட முகத்துலயே போட்டிருக்கிறா. அதனால கோபத்துல கழுத்தை நெறிச்சு கொன்னு அவளோட அப்பா கல்லறையிலயே அவளையும் புதைச்சுட்டான்."

"ஓஹ் ஜீசஸ் என்ன சொல்றிங்க சூசை?"

"ஆமாம் ஃபாதர் அதை விடக் கொடுமை என்னன்னா, அவள் செத்த பிறகு கூட அவனோட வெறி அடங்கல. அவ உடம்போட அன்னிக்கு ராத்திரி முழுக்க ..." (தலையில் படீர் படீரென அடித்துக் கொண்டு அழுகிறான்)

"ஜீசஸ்.. சூசை அழுகாதேப்பா .. பிறகு என்ன ஆயிற்று சொல்லு அந்தப் பாவி நேசம் இப்ப எங்கே இருக்கிறான்?"

"எனக்கு எப்படி தெரியும் ஃபாதர்.. தெரிஞ்சா அதையும் சொல்ல மாட்டேனா என்ன?"

"ஆர் யூ ஓகே சூசை? உங்க முகம் முழுக்க ரொம்ப வேர்த்து வெளிறிப் போயிருக்கு."

"என் அம்மாவின் நெஞ்சைப் போலவா ஃபாதர். ஹாஹாஹாஹா.. நான் நல்லாதான் இருக்கிறேன் ரொம்பவே. அம்மா, பனிமலர் ரெண்டு பேருமே பிடிவாதக்காரங்க. ஒவ்வொரு ஞாயிறும் ஜெபக் கூட்டம் முடிஞ்சு போகும் போதும் அம்மா சந்தோசமா இருப்பா. ஆனா அடுத்த சனிக்கிழமைக்குள்ள முகமெல்லாம் கறுத்து வடிஞ்சுப் போயிடும். நாங்கூட கேப்பேன், சர்ச்சுலயே

இருந்துடலாமான்னு. அதுக்கெல்லாம் வாய்ப்பில்ல தங்கமேன்னு சொல்லி இறுக்கமா அணைச்சுக்குவா. பனிமலர்கிட்டயும் அதே புத்தி தான் இருக்கு அழுத்தக்காரி அவளுக்குள்ள இருக்குற நிறைய வார்த்தைகள்ல கொஞ்சத்தையாவது எனக்குத் தந்திருக்கலாம் தந்திருந்தா..?"

"தந்திருந்தா? என்ன சொல்ல வரீங்க சூசை?"

"ஒன்னுமில்ல ஃபாதர் தந்திருந்தா இப்படி பாவமன்னிப்பு கேட்டு நின்னுருக்க தேவையில்லன்னு தோணிச்சு."

"ஏன் அப்படி? புரியவில்லையே சூசை புரியுற மாதிரி சொல்லுங்க."

"மல்லிகா அக்கா இட்லியும் சாம்பாரும் கொடுத்தாங்க."

"புரியவில்லை சூசை."

"இல்ல எனக்கு பசியைத் தாங்க முடியாது. மல்லிகா அக்கா தான் அப்படியே ரோட்டுல கெடந்து செத்துப் போயிராதேன்னு சொல்லி இட்லி கடைல வேலை போட்டுக் கொடுத்துச்சு.. மலை அடிவாரத்துல இருக்குற மல்லிகா அக்கா கடைனா எல்லாருக்குந் தெரியும். மலைக்கு மேலப் போகுற அத்தனை வண்டிகளும் அக்காக் கடையில நிக்காம போனதே இல்ல.. எனக்கு மாவு அரைச்சுப் பாத்திரம் கழுவுற வேலை. தற்காலிகமாதான் சேர்ந்தேன். போகப் போக அவங்களோட சிரிச்ச முகம் ரொம்ப பிடிச்சுப் போயிடுச்சு.. அவங்க கடைக்கு ரெகுலரா வர்ற எல்லாரைப் பற்றியும் அக்காவுக்கு நல்லா தெரியும். யாருக்கு சுகர் இருக்கு, பிரஷர் இருக்கு, யாரு வீட்டுல என்ன விஷேசம், என்ன துக்கம்.. யாரு யாருக் கூட இருக்குறா, யாருக்கு யாரைப் பிடிக்கும், யாரைப் பிடிக்காது எல்லாமே அக்காவுக்கு அத்துப்படி.. அக்காவோட கணவர் மிலிட்டரில இருக்குறாருன்னு ஊரையே நம்ப வச்சிருந்தாங்க. அது பொய்யின்னு நான் கண்டுபிடிச்சுட்டேன். அக்காவுக்குக் கணவரெல்லாம் இல்லை. அவங்க யார் கூடவோ தவறான உறவில் இருந்தாங்க."

"ம்ம் பிறகு."

"ஒவ்வொரு மாதமும் பௌர்ணமி அன்னிக்கு அக்கா, கடைக்கு லீவு விட்டுட்டு கிளம்பிப் போயிடுவாங்க. ரெண்டு நாள் கழிச்சு தான் வருவாங்க. அதை வச்சுத் தான் சந்தேகம் வந்துச்சு.

போன வருஷத்துல ஒரு பௌர்ணமி அன்னிக்கு அக்காவுக்கு உடம்புக்கு முடியல, கடுமையான காய்ச்சல் ஆனாலும் போயே ஆகனும்னு அடம் பிடிச்சு பஸ் ஏறிப் போனாங்க.. நான் வலுக்கட்டாயமா பின்னாடியே போனேன்."

"அதுக்கப்புறம்."

"சரியா தெரியல ஃபாதர் தெரிஞ்சா சொல்ல மாட்டேனா?"

"சூசை நீங்க பாவ மன்னிப்பு கோரிக்கைக்காக வந்திருக்கிங்க ஞாபகம் இருக்கா? உங்க வாழ்வு முழுக்க புதிராகவே இருக்கு.. என்னால ஒரு முடிவுக்கு வர முடியல. டீடெய்லா சொன்னாத் தானே புரிஞ்சுக்க முடியும். மனிதனோட கண்களுக்குப் புலப்படாதவற்றையும் தேவன் அறிந்து வைத்திருக்கிறார். இது தேவனின் ராச்சிய சபை. இங்கே ஒளிவு மறைவின்றி உங்களை ஒப்படைத்தாலே தவிர, உங்களுக்கு எங்களால் உதவ முடியாது."

"ஃபாதர்.. நம்முடைய பாவங்களை நாம் அறிக்கையிட்டால், அவர் நம்முடைய பாவங்களை மன்னித்து, எல்லா அநியாயங்களிலிருந்தும் நம்மைச் சுத்திகரிப்பதற்கு உண்மையும் நீதியும் உள்ளவராயிருக்கிறார். 1 யோவான் 1:9. சரி தானே. என்னுடைய ஞாபகங்களில் மிகச் சில போதனைகளே பதிந்து கிடக்கின்றன. அம்மாவோட கண்ணாடி வளையல் சத்தங்களைப் போல."

"அற்புதம் மிகச் சரியான போதனை. சூசை எனது கேள்விக்கு நீங்க இன்னும் பதில் சொல்லலையே."

"இப்ப எனக்கு எல்லாமே என் கதிஜா தான். அவதான் என் உலகம். அவளுக்காகத் தான் நான் இன்னமும் உயிரோட இருக்குறேன். அவளோட கண்கள் அப்படியே என் அம்மாவோட கண்களைப் போலவே இருக்கும். கதிஜாவோட உதட்டுக் கிட்ட ஒரு மச்சம் இருக்கும். அது போல ஒரு மச்சம் பனிமலர்கிட்டயும் இருந்திச்சு. அவங்க ரெண்டு பேரோட ஆன்மாவாகத் தான் கதிஜாவைப் பார்த்தேன்."

"கதிஜா யாரு?"

"மல்லிகா அக்கா பொண்ணு.. கான்வெண்ட்ல படிச்சுக்கிட்டு இருக்கிறாள்.. அவளோட அம்மா மாதிரி இல்லாம நல்ல பொண்ணா வளர்ந்திருக்கா அதுக்காக மல்லிகா அக்காவைப்

பாராட்டியே ஆகனும். தினமும் அஞ்சு வேளை அல்லா சாமியக் கும்புடறா ஃபாதர். ரம்சானுக்கு விரதம் கூட இருக்குறா.."

"மல்லிகாவின் பெண்மகள் எப்படி கதிஜா ஆகினாள் சூசை."

"தெரியாதுன்னு சொல்லிட்டே இருக்கேனே ஃபாதர். திரும்பத் திரும்ப ஏன் கேட்டுக் கிட்டே இருக்கிங்க. உங்களுக்கு அறிவே இல்லையா? ஒருத்தனை இப்படித் தான் கேள்வியாக் கேட்டு சாகடிப்பிங்களா.."

"சூசை பொறுமையா இருங்க ப்ளீஸ் இது சர்ச், இங்க இப்படிலாம் கோபப்படக் கூடாது."

"ஸாரி ஃபாதர்."

"சரி மேல சொல்லுங்க."

"ஃபாதர்.. மல்லிகா அக்கா சாகும் போது வலி தாங்க முடியாம துடிச்சாங்க.. இட்லி சட்டியில வேகுற மாவைப் போல முகமெல்லாம் வெந்து கிடந்திச்சு.. அவங்களப் பாக்க ஒரு பயலும் வரல. ஆஸ்பத்திரியில் நான் மட்டுந்தான் துணைக்கு இருந்தேன்.. எரிக்கிறதா புதைக்குறதான்னு கூட எங்கிட்ட தான் கேட்டாங்க.. கடைசியா என்னைப் பாக்கனுன்னு சொல்லிக் கூட்டிட்டுப் போனாங்க.. அக்கானால பேசக் கூட முடியல, ரொம்ப சிரமப்பட்டு நாக்கச் சுழட்டி சொல்லிச்சு..

'டேய் சூசை என் பொண்ணு கதிஜாவை எதுவும் செஞ்சுடாதே... டேய் சூசை என் கதிஜாவை எதும் செஞ்சிடாதே சூசை, கதிஜாவை எதும் செஞ்சிடாதே.'"

"வ்வாட்.. சூசை என்ன சொல்றிங்க?"

"நத்திங் ஃபாதர், நம்பிய யாருக்கும் யாருமே கடுகளவு நன்மையும் செய்ததில்லை, கடுகளவு தீமையும் செய்ததில்லை. அளவு என்பது அவரவர் தராதரத்தைப் பொறுத்தது. தரத்தையும் உள்ளுக்குள்ள தூங்காம கெடக்குற சாமியோ, பூதமோ தான் முடிவு பண்ணுது. போதும் ஃபாதர் இந்த நொடியில் எனக்கு பாவ மன்னிப்பு தருவதற்கு நீங்க தயாராகிட்டிங்கன்னு முழுசா நம்பறேன். முழங்காலும் முட்டியும், வலிக்கிறது, வயிறும் பசிக்கிறது.

பிரார்த்தனைக்குப் போகலாமா?"

சொக்கி

ப்ளேடு கொஞ்சமாகத் துருவேறியிருப்பது தெரிந்தும் கன்னத்தில் சுருண்டு விட்ட மயிர்களைக் களைய அழுத்தியது, தவறுதான் வேறு வழியில்லை. இன்று சனிக்கிழமை பரபரப்பான நாள். விடுதிக்கு நிறைய ஆண்களும் பெண்களும் அலைமோதியபடி அவிழ்த்துவிடப்பட்ட மந்தைகளைப் போல் முந்தியடித்துக் கொண்டு வருவார்கள். சனிக்கிழமையைப் பாவங்களுக்கு நேர்ந்து விட்டதைப் போல் எல்லாப் போதைகளையும் முயற்சித்துப் பார்ப்பார்கள். ஞாயிறிலிருந்து வெள்ளி வரை தாங்கள் உழைத்துக் களைத்ததாகவும் மண்டைக்குள் பிரஷர் குக்கர் வெடிப்பதாகவும் பேசிக் கொள்வார்கள். விடுதிக்கு வரும் பெரும்பாலோனோர் தங்களுக்கிருக்கும் அழுத்தம் பற்றி வர்ணிக்கும் போது மதுப் புட்டியால் ஓங்கி மண்டையில் தாக்க வேண்டும் போல இருக்கும்.

“ஹேய் ட்யூட் செம்ம டென்ஷண்டா, அப்டியே செத்துடலாம் போல இருக்கு. நாலு நாளா டேட்டிங் கேக்கறேன் அவ்ளோ அலட்டிக்கறாடா.. அப்டின்னா அவ என்ன நம்பலன்னு தானே அர்த்தம் மச்சி.. சொல்லுடா நான் என்னக் கெட்டவனா என்ன??”

“மச்சான் ஐ ஃபோன் வாங்கனுண்டா.. ட்ரிப் போனப்ப அவனவன் சீன் போடறானுங்க..

நாம பாத்து வேலக்கி சேத்துவுட்ட பொடிப் பசங்கடா இப்ப என்னாடான்னா எனக்கே சீன் காட்டறானுங்க.”

“ஹேய் திஸ் கேர்ள்ஸ் ஆர் வர்ஸ்ட்ரா.. இவளுங்களுக்கு வாங்கிக் கொடுக்கனும்னா ஸ்விஸ் பேங்கையே கொள்ளயடிக்கனும் போல. ஓஹ் மை காட் என்னா ஷாப்பிங்டா.. ஐ ஆல்வேஸ் ச்சூஸ் ப்ராண்டட்னு பர்ஸ காலி பண்ணிட்டாளுங்கடா.”

கர்ணா எல்லாவற்றையும் கேட்டும் கேட்காதபடி நகர்ந்து விடுவான். அதுதான் அவன் பணியும். நட்சத்திர விடுதியாக இருந்தாலும் வாலிபர்கள் இப்படித் தான் பேசிக் கொள்வார்கள் என்று அறிந்து கொண்டான். ஆனால் அதையே பெண் தோழிகள் அருகில் இருந்தால், நுனி நாக்கில் ஆங்கிலம் புரள காஸிப் பேசுவதையும் கவனித்துக் கொண்டான்.

சென்ற மாதம் ஒரு சனிக்கிழமையில் சோடியம் விளக்கொளியில் ஆடை நழுவுவதைக் கூட கவனிக்காத பெண்ணொருத்தி அவனது மேலதிகாரியிடம் கர்ணாவின் மழிக்காத தாடியைக் குறித்து நுனி நாக்கில் ஆங்கிலக் குற்றச்சாட்டு உரை பொழிந்தாள். அவரும் தனது எக்கிக் கொண்ட தொப்பை மீது சத்தியமாக விரைவில் மழிப்பை நடத்துவானென உறுதிசெய்தார்.

கர்ணாவிற்கு நகர வாழ்க்கை புதிதில்லை. தென்மாவட்டத்தின் அறியப்படாத கிராமத்தின் பெயரைச் சொல்லும் போது மற்றவர்கள் ஏளனமாகப் பார்ப்பதை ஒரு போதும் பெரிதுபடுத்தியதில்லை. எந்தச் சூழலாக இருந்தாலும் தனக்கென ஒதுக்கப்படுவது ஓர் ஒழுங்கற்ற அறைதானென அறிந்திருந்தான். வறுமை கர்ணாவைப் பாதிக்காத வண்ணம் நிலை தெரிந்து வளர்ந்திருந்தான். தேவைகளைச் சுருக்கிக் கொண்டான். அவனைச் சுற்றி அவசியமற்ற ஒரு குண்டூசி கூட இருக்காது.

ரத்தப் பிசுபிசுப்பை டவலால் துடைத்துக் கொண்டே குளியலறைக்குள் புகுந்தான். சுவரில் தொங்கிக் கொண்டிருந்த ஆணியில் விழுந்து விடுவேனென அச்சமுறுத்திய கண்ணாடியில் முகத்தைப் பார்த்தான். ஏற்கனவே ஒரு முறை விழுந்து கீறல் விழுந்த கண்ணாடி, அவனை நான்கு கோணத்தில் காட்டியது. நான்கிலும் ரத்தம் சிவப்பாகப் பொட்டு வைத்தது போலிருந்தது. சிரித்த படி மீசையின் வளர்ந்து விட்ட ஒரு முடியைப் பற்களால் கடித்திழுத்தான்.

பக்கெட்டிலிருந்த தண்ணீரில் மேற்கூரையிலிருந்து விழுந்த சருகு அழுகிக்கிடந்தது. கைகளால் பக்கெட்டை அழுந்த தேய்த்து அலசிக் கவிழ்த்துவிட்டு குழாயினைத் திறந்து, அடியில் பக்கெட்டை வைத்தான். ப்க்க் ப்பக்க்க் ப்பக்க்க் என்ற காற்று மட்டுமே வந்தது தண்ணீர் வரவில்லை. இது புதிதில்லை ஆனால் இன்று அதிகமான எரிச்சலாக இருக்கிறது.

சென்னைக்கு வேலைக்கு வந்து இரண்டு வருடங்களாகின்றன. எத்தனையோ நிறுவனங்களுக்கு ஏறியிறங்கிக் கால்கள் தேய்ந்துவிட்ட நிலையில், தெருவோர தேநீர்க் கடையில் பேசிக் கொண்டிருந்த இருவரின் உரையாடலில், குறிப்பிட்ட வணிக வளாகத்தின் ஓர் உயர்தர விடுதியில் உணவு மற்றும் ஆல்கஹால் சரக்குகள் பரிமார ஆட்கள் எடுக்கிறார்களென அறிந்துகொண்டு சென்றான்.

பிறப்பிலேயே அனாதையென அறியப்பட்டவனுக்குத் தனது பெயரைத் தனக்கு வைத்தது யாரெனக் கூட தெரியாது. பள்ளிக்கூடத்தில் சத்துணவுக்காகக் கல்வியைக் கற்றுக்கொண்டான். யாருடனும் நெருங்கிப் பழக தயங்கித் தயங்கியே, கல்லூரிப் படிப்பு முடிந்தது. தன் காதுபட பெண்களைக் குறித்து சகமாணவர்கள் பேசுவதைக் கேட்டுக் கொண்டாலும், அது குறித்து யோசிப்பதைக் கூட தவிர்த்தான்.

தனது சொந்த வருமானத்தில் வாழ்வை அமைத்துக் கொள்ளும் வரை எந்தச் சலனமும் ஏற்பட்டுவிடக் கூடாதெனச் சிரத்தையுடன் நத்தையாக நகர்ந்து வந்தான். கற்ற கல்விக்கு வேலை கிடைக்காததை எண்ணிப் பெரிதாக வருந்துவதை விட, முதலில் பெயருக்காவது ஒரு வேலை வேண்டுமென முடிவு செய்து தான் இந்த வேலையை ஏற்றுக் கொண்டான். நாளடைவில் வேறு வேலை தேடக் கூட நேரமின்றி இந்த வேலை அவனை முழுமையாக ஆட்கொண்டது.

தூக்கத்திலும் ‘வெய்ட்டர்ர்ர்’ என்ற ஒலியே எதிரொலித்துக் கொண்டிருக்கும். மதுவருந்த அனுமதிக்கப்பட்ட விடுதியில், தளர்வான ஆடைகளோடு தன் ஆண் நண்பர்களின் மார்பில் உரசியபடி ஆல்கஹால் வாசனைப் பரவ உடலை அசைத்து கூந்தலை இங்குமங்கும் பறக்கவிட்டு கோணலாகச் சிரிக்கும் போது இதயம் ஒரு முறை அதிர்ந்து துடிக்கும். உலகத்தின் அழகில் பெண்களுக்கே பெரும்பான்மையை வழங்கிய இயற்கையை

நொந்து கொள்வான். சத்தியமாக ஒவ்வொரு பெண்ணுக்கும் இயல்பான வாசனையுள்ளது அதுவும் ஒவ்வொரு பெண்ணுக்கும் ஒவ்வொரு வாசனைகள். அதற்கு மேலும் அவர்கள் தெளித்து வரும் திரவியங்களில் மயங்காத முனிவர்கள் இன்னமும் பிறக்கவில்லை. சனிக்கிழமை அவர்களுக்கு உற்சவமென்றால் இவனுக்குப் பலிபீடம் போலத் தான்.

பக்கெட்டை காலால் எத்தியபடி துண்டை இடுப்பில் முடிச்சிட்டுக் கொண்டு கதவைத்திறந்து மாடிக்கு வந்தான். ஐந்தாவது மாடியில் மொட்டைமாடியென்று ஒதுக்கி விட முடியாத அளவிற்கு சிமெண்ட் கூரை போர்த்திய ஒரு சிறிய அறையைக் கட்டியிருந்தார்கள். அதனோடு ஒட்டிய சிறிய கழிப்பறை. ஆயிரத்து முன்னூறு ரூபாய் வாடகை. அவனுக்குத் தோதாக இருந்தது. இரண்டு வருடங்களாக மாடியும் அறையையும் விடுதியையும் தவிர்த்து அதிகமாகப் போனது கடற்கரைக்கு மட்டுமே.

கடல் நீர் கால்களில் புரள, விரலிடுக்கில் நுழைந்து வெளியேற மறுக்கும் சொற்ப மணல்கள் காய்ந்து உதிரும் வரை காற்றில் காய விட்டு அங்கேயே அமர்ந்திருப்பான். சூரியன் கடலுக்குள் மூழ்கும் போது அவனுக்குள் பெண் வாசனை ஜிவ்வென்று இறங்குவதை உணர்வான். கடல் நிச்சயமாக ஆணாகத் தான் இருக்குமெனச் சொல்லிக் கொள்வான். ஜோடி ஜோடியாகச் செல்பவர்கள் இவனைக் கவனிக்கவில்லை என்றாலும் தன்னை ஏளனமாகக் காண்பதாக நினைத்துக் கொள்வான். கூடையில் பூக்களை வைத்திருக்கும் பெண்மணி இவன் அருகில் வந்து உற்றுப் பார்த்து ஸாரி தம்பி என்று சொல்வதைக் கூட திட்டமிட்ட செயலாக எண்ணிக் கொள்வான்.

மாடியில் காய்ந்து கொண்டிருந்த கைலியை உருவித் தனக்குப் போர்த்திக் கொண்டு கீழடுக்குக்கு வந்தான். முதல் தளத்தில் குடியிருக்கும் குடித்தனரின் காலிங் பெல்லை அழுத்தினான். தலையில் எண்ணெய் வழிய கையில் காபி கோப்பையுடன் அசைந்தபடி வந்தவருக்கு, வழுக்கைத் தலையில் அதிகமாக எண்ணெய் தேய்ப்பதில் எந்தப் பிரயோசனமும் இல்லையென யாரும் சொல்லவில்லை போலும். வாய் நிரம்ப காபியைக் கவிழ்த்துக் கொண்டே,

“யெஸ் கர்ணா.. என்னப்பா இன்னும் ஜாபுக்கு போலியா நீ” என்றார்

“சார் தண்ணி வரல்லயே” என்றான்

“ஓஹ் தண்ணி வரல்லியா, காலைலயே மோட்டர் போட்டனே.. இந்த டாங்க் வேற சின்னதா இருக்குதா அடிக்கடி தீந்து போயிடுது போல.. நீ போப்பா உடனே போட்டுடறேன்.”

“தேங்கஸ் சார்.”

சொல்லிவிட்டு மீண்டும் மூச்சிரைக்க ஐந்தாம் மாடிக்கு ஏறி தண்ணீர் வரக் காத்திருந்தான்.

அப்போதுதான் அந்தச் சப்தம் வெகு வித்தியாசமாகச் கேட்டது. சப்தம் வந்த திசையை நோக்கி நகர்ந்தான். மொட்டை மாடியிலிருந்துதான் வருகிறதென அவதானித்து மேலே சென்றான். யாரோ இரும்புத் தகரத்தில் கீறுவது போல க்க்ரக்க் க்க்க்ரக் க்க்ரக்கெனக் கேட்டது. சப்தம் வந்த பக்கமாகத் தண்ணீர்த் தொட்டி மட்டும்தான் இருந்தது. அருகில் சென்று எட்டிப் பார்த்தான்.

தண்ணீர்த் தொட்டியின் இரும்பு மூடிக்குள் அந்த உருவம் நெளிந்து கொண்டிருந்தது. கர்ணா அருகில் சென்று உற்றுப் பார்த்தான். அது ஒரு குரங்கின் வடிவிலிருந்தது. ஆனால் சர்வ நிச்சயமாகக் குரங்கில்லை. வாலும் இல்லை. முழுதாக வளர்ந்த பின் மரித்துப் பிறந்த அளவில், பெரிய ஏழு மாதக் குழந்தையைப் போன்ற சாயலில் இருந்தது. ஆனால் குழந்தையும் இல்லை.

கழுகோ காக்கையோ தூக்கி வந்து போட்டிருக்க வேண்டும். சற்று முன்பு தண்ணீரைப் பரிசோதிக்க வந்தபோது இது இங்கேயிருக்கவில்லை. அப்படியெனில் சில நிமிடங்களுக்கு முன்புதான் போட்டிருக்க வேண்டும். இத்தனை பெரிய உருவத்தை எப்படி கழுகால் தூக்க முடியுமென நினைத்தான். பசி வந்தால் எதையும் அடையும் வேகம் வந்து விடும் அப்படி எந்தக் கழுகுக்கோ பருந்துக்கோ வேகம் வந்து இத்தனை பெரிய உருவத்தைத் தூக்கிக்கொண்டு பறந்திருக்கிறது. ஆனால் இந்த உருவம் திமிறியிருக்கக் கூடும் அதனால் இங்கே போட்டுவிட்டிருக்குமென முடிவு செய்தான்.

அதன் உடலில் சிறிய கீறலைக் கவனித்தான். தனது முகத்திலுள்ள கீறலைப் போலவே ரத்தப் பொட்டு கசிந்திருந்தது. அதன் முகம் அத்தனை பாவமாகத் தோன்றியது. அதன் உடல் அச்சத்தில் நடுங்கிக் கொண்டிருந்தது. டவலை உதறிக் குட்டியைக் குழந்தையைப் போல் பொதிந்து தனது அறைக்கு எடுத்துச் சென்றான். குளியறையில் தண்ணீர் வரும் சப்தம் கேட்டது. சிறிய குடுவையில் தண்ணீரைப் பிடித்து அதன் காயங்களைத் துண்டில் நனைத்துத் துடைத்தெடுத்தான். தனது பாய்க்கு அருகிலேயே கிழிந்த கைலியை ஒரு படுக்கையைப் போல் தயாரித்து அதைப் பக்குவமாகப் படுக்க வைத்தான்.

"தனியொரு மனிதனுக்கு உணவில்லாத போது, ஜகத்தினை அழித்திடுவோமென எழுதும் போது பாரதிக்கு யாராவது கடுங்காப்பியாவது போட்டுக் கொடுத்திருக்கலாம். மனுஷன் எழுதிட்டுப் போய்ட்டாரு இங்கன வயிறு பசிக்கும்போதெல்லாம் எவனையாவது தூக்கிப் போட்டு மிதிக்கனும்போல இருக்கு. இதுல நீ வேற வந்து சேந்துருக்க உனக்கு என்ன தீனி கொடுக்கனும்னே தெரியல. நா யார் கிட்ட போயி கேக்கறது."

"க்விங் க்விங் க்விங்"

"அதி சரி என்னா பாஷை இது? நீ உண்மைலயே குரங்கு தானா உனக்கு வால் இல்லையே. இதுக்கப்புறம் தான் வளருமோ ஹா ஹா ஹா... எதாவது கெரகத்துலேந்து குதிச்சுட்டியா? ஏலியனா நீ?.. இல்ல அவளோலாம் சீனில்ல, நீ ஏதோ மிச்சிங் போல.. ஹ்ம்ம் கழுகாரு தூக்கிட்டுப் போறவர உங்கம்மா என்ன பண்ணிட்டுருந்துச்சு. ஐயோ ஐயோ.." (முன் தலையில் உள்ளங்கையால் தட்டிக் கொண்டான்).

"உன் கண்ணு ரொம்ப அழகாயிருக்கு. அப்டியே மைப் போட்ட பொண்ணுங்க போல ஏய்ய் உங்கிட்ட தான் பேசிட்டுருக்கேன் கேட்கறியா?"

தலையாட்டியபடி தாவித் தாவி அறையின் மூலைக்குச் சென்று ஒடுங்கிக் கொண்டது. அதன் ஒவ்வொரு செயல்பாடுகளும் அவனுக்கு ஆச்சரியத்தை அதிகரித்துக் கொண்டே இருந்தது.

அந்தக் கண்கள் அவனை என்னவோ செய்தன. நொடிக்கொருமுறை அருகில் சென்று உற்றுப் பார்த்தான். ஒரு பூவைத் தொடுவது போல் முதுகில் வருடினான், நெளிந்து வளைந்தது. அறையின்

பக்கவாட்டில் சிறிய டேபிளை வைத்து அடுக்களையாக மாற்றி இருந்தான். அதன் அருகிலேயே சிறிய அட்டைப் பெட்டியில் நான்கைந்து ப்ளாஸ்டிக் டப்பாக்களில் மளிகைப் பொருட்களைப் போட்டு வைத்து உபயோகித்திருந்தான். அதில் ஒவ்வொரு டப்பாவாக எடுத்துக் கவிழ்த்துப் பார்க்க, நொறுக்கிய பிரிட்டானியா பிஸ்கட்டின் பாதித் துண்டு உடைந்த துகள்களாக உதிர்ந்தது. அதைக் கைகளில் அள்ளி அதன் அருகே கொண்டு ஒரு காகிதத்தில் வைத்துக் கொடுத்தான்.

முகர்ந்து ஒதுங்கிய பிறகு சில நிமிடங்களில் மீண்டும் நக்கிச் சுவைத்தது. அதன் சுவை அதற்குப் பிடித்திருந்தது. தனது இளஞ்சிவப்பு வண்ண நாக்கினை நீட்டி வழித்துச் சுவைத்துத் தின்றது.

இப்போது அது அவனை நம்பத் தொடங்கியிருந்தது. அவனது கால்களினருகே வந்து முகத்தை நிமிர்த்திப் பார்த்தது. தூக்கச் சொல்கிறதென புரிந்துக் கொண்டு குனிந்து தூக்கினான். சடக்கென அவனது கழுத்தில் தாவிச் சென்று அமர்ந்து கொண்டது. அதன் கைகளால் கழுத்தை வளைத்துப் பிடிக்க முயன்று தோற்றுப் போய் மீண்டும் கைகளில் தஞ்சமடைந்தது. அந்தப் பிடிமானத் தனமான அணைப்பு கர்ணாவுக்குப் பிடித்துப் போய் நெஞ்சோடு அணைத்துக் கொண்டான்.

“என்ன, என்னை ரொம்ப பிடிச்சிருக்கா ஹா ஹா.. எங்கிட்ட எது பிடிச்சிருக்கு சொல்லு .. ஏய் அப்படிப் பாக்காதே, என்னமா பாக்கறே நீ.. உன் பார்வைக்குக் கிறங்கடிக்கற சக்தியிருக்குத் தெரியுமா..?”

நீள் வட்ட வடிவமான கண்களுக்குள், கறுப்புக்கு முந்தைய அடர் வண்ண விழிகள் முன்னூற்றி அறுவது கோணத்திலும், ஒரு நொடியில் சுழன்று கர்ணாவின் கண்களை நிலைகுத்தின. அந்தப் பார்வையை எதிர்கொள்ள முடியாமல் ஒரு கணம் தடுமாறி,

“அப்படி பாக்காத.. என் வாழ்க்கைலயே நான் பாத்த அழகான கண்கள் உன்னோடது தான் நெஜமாத் தான் சொல்றேன் நம்பு..”

அவனது முகத்தை நக்கத் தொடங்கியது நெற்றி, கண்கள், மூக்கு, கன்னங்கள், மோவாய் எனக் கொஞ்சம் கொஞ்சமாக நக்கிச் சுவைத்தது. கர்ணா அனுமதித்ததை அது மகிழ்வாக ஏற்றுக்

கொண்டது. கர்ணாவுக்கு அதன் அத்துமீறல்கள் பிடிக்கத் தொடங்கியிருந்தது.

“உனக்கு ஒரு பெயர் வைக்கனுமே, எப்படி அழைச்சா உனக்கு பிடிக்கும் ம்ம்... சரி நான் ஒவ்வொரு பெயராச் சொல்லுறேன். எந்தப் பெயரில் நீ கண்களைச் சிமிட்டறியோ அது தான் உன் பெயர் சரியா?”

“கண்ணம்மா

செல்லம்மா

அழகி

பட்டு

ராசாத்தி

பேபி

சொக்கி.. ஏய்ய் இப்ப கண்ண சிமிட்டுன தானே சொக்கி..”

“உன்ன சொக்கின்னே கூப்பிடறேன்.”

மறுப்பேதும் சொல்லாமல் மேலும் நக்கிக் கொண்டது.

“சொக்கி நீ யாரு, எந்த உலகத்துலேந்து வந்திருக்கே இதுக்கு முன்னாடி உன்னப் போல எதையும் நான் பாத்ததேயில்ல தெரியுமா?”

அது தனது உதட்டால கர்ணாவின் உதட்டை நக்கியது.

“நீ நிச்சயமா பொண்ணு தான், ஏன்னா என்னை இப்படி யாருமே அணுஅணுவா ரசிச்சதுமில்ல, கொஞ்சியதுமில்ல.”

அது தனது கைகளால் கர்ணாவை அணைத்துக் கொண்டது. கர்ணா சுவரின் ஓரத்தில் சாய்த்து வைக்கப்பட்ட பாயினை விரித்துப் படுத்துக் கொண்டான். அவனது வலது கரத்தில் சொக்கி குழந்தையைப் போல் சுருண்டுக் கொண்டது.

“ஏய் சொக்கி நீ வந்ததுலேந்து மனசு ரொம்ப லேசாயிருக்கு காலைலேந்து பாறாங்கல்ல தூக்கி வச்சாப்பல பாரமா இருந்துச்சு, என்னை நல்லா உத்துப் பாரேன், எங்கிட்ட என்ன குறை சொல்லு. எந்தப் பொண்ணுங்களும் என்னைப் பாத்து

சிநேகமா சிரிச்சது கூட இல்ல இவ்ளோ ஏன் என் பக்கத்துல நின்னு பேசுனாக்கூட அவங்க ஹேண்ட் பேகை புடுங்கிட்டு போயிடுவானோன்னு கெட்டியா புடிச்சுப்பாங்க தெரியுமா?”

அது அவனது கழுத்தில், பிடரியில் முத்தமிட்டு நக்கியது. கர்ணாவிற்கு அந்த ஸ்பரிசம் பிடித்திருந்தது. அவனது உடல் அதனை முழுமையாக அனுமதிக்கத் தொடங்கியிருந்தது.

“சொக்கி உனக்குன்னு எதாவது உலகம் இருந்தா என்னயும் உங்கூட கூட்டிட்டுப் போயிடேன் ப்ளீஸ்... காணோம்னு என்னத் தேடறதுக்குக் கூட யாருமே இல்ல ப்ளீஸ். என்னை எதாவது பண்ணு சொக்கி ...இல்ல இனி நான் இங்க இருக்கமாட்டேன் எதாவது பண்ணு சொக்கி... இந்த மனுஷப் பயலுங்க, வீடு, வாடகை, தண்ணி, வேலை, சாப்பாடு, கரண்டுபில்லு எதுவும் எனக்கு வேணாம் .. நீ மட்டும் போதும் உன்னோட ஒலகத்துக்குக் கூட்டிட்டுப் போயிடு ப்ளீஸ்..”

என்னவென்றே தெரியாத உயிரியின் ஸ்பரிசத்தில் கர்ணா சிறிது சிறிதாகத் தன்னை இழந்து கண்களை மூடினான். ஏழு வயதில் காப்பகத்தில் தன்னோடு கண்ணாமூச்சி விளையாடிய செல்வி மின்னலாகச் சிரித்துச் சென்றாள்.. பத்தாம் வகுப்பு விடுமுறையில் தற்காலிகமாக மளிகைக் கடையொன்றில் வேலை பார்த்தபோது பொருட்கள் வாங்க வரும் பருவப்பெண் தன் மாதவிடாய்க் காலத்துத் தேவைக்காக வெட்கத்தோடு “விஸ்பர்” என்று சொல்லி கோணலாய்ச் சிரித்துச் சென்றதும் மனதில் வந்து போனது.. தற்போது பணிபுரியும் விடுதிக்கு அடிக்கடி தனியாக வரும் குட்டைக் கூந்தலுக்கு உரியவள் கர்ணாவின் கைகளை அழுத்தி ஆயிரம் ரூபாயை ஒவ்வொரு முறையும் கொடுத்துவிட்டு ‘ஓகே தானே’ என்று கேட்பதையும் நினைத்தான்.

கர்ணா அதை நெஞ்சோடு இறுக்க முயற்சித்தான். அது தனது நகங்களால் கர்ணாவின் மார்பில் சட்டெனக் கீறியது. அந்தச் சிறிய தாக்குதலை எதிர்பார்க்காமல் நிலைகுலைந்தவன் வெடுக்கென அதை கைகளிலிருந்து தூக்கியெறிந்தான். காற்று நிறைந்த பந்தைப் போல் எதிர்ப்புற சுவரில் மோதிப் பொத்தென விழுந்தது.

கர்ணா கிட்டத்தட்ட நடுங்கிப்போனான்.

இத்தனை நேரம் தனக்கு என்னவாயிற்றுவெனக் கேட்டுக் கொண்டான். உடல் நடுங்கியது. உள்ளங்கையால் கழுத்தைத் தேய்த்தான். அதன் எச்சில் பிசுபிசுத்தது. சட்டையைக் கழற்றி மார்புப் பகுதியை பார்த்தான். இரத்தம் நிற்காமல் கசிந்துக் கொண்டிருந்தது. கொடியில் கிடந்த டவலால் அழுந்தத் தேய்த்தான். சில நொடிகள் நின்று மீண்டும் குபுக்கென வழிந்தது, டவலால் அழுத்திப் பின் பக்கமாக இழுத்துக் கட்டிக்கொண்டான். சற்று பரவாயில்லையெனத் தோன்றியது. கோபமும் ஆத்திரமுமாகக் கண்ணீர் முட்டிக் கொண்டு வந்து வழிந்தது.

கர்ணாவிற்கு அப்போதுதான் தான் அந்த உயிரினத்தைத் தூக்கியெறிந்தது ஞாபகத்தில் உறைத்தது. மெதுவாகச் சுதாரித்து அதன் அருகில் சென்றான். அதன் முன் மண்டை நெளிந்திருந்தது. சரியாகத் தட்டி ஈயம் பூசப்படுவதற்கு முன்பாகப் பட்டறையில் நசுக்கப் பட்டிருக்கும் குவளையின் வாயைப் போல் திறந்துக் கிடந்தது. ஆனால் ரத்தமோ எலும்புகளோ தென்படவில்லை. அதை மெதுவாகத் தூக்கினான். சிறிது நேரம் அப்படியே நின்று கொண்டிருந்தவன் சட்டென மொட்டை மாடிக்குச் சென்று எட்டிப் பார்த்தான். கீழே வாகனங்கள் ஒன்றையொன்று முந்திக் கொண்டிருந்தன.

தன்னை யாராவது பார்க்கிறார்களா என்று சுற்றி முற்றிப் பார்த்தான் வானத்தில் கழுகு வட்டமடித்துக் கொண்டிருந்தது. தன்னை அத்தனை நேரம் வசியம் செய்து பின் காயப்படுத்திய அதை, என்னவென்றே புலப்படாத அந்த உயிரியைக் கைகளில் தூக்கிப் பிடித்தான். தூரத்தில் தண்ணீர் லாரி அவனது வீட்டைக் கடக்க வளைந்து கொண்டிருந்தது. சரியாகக் குறி பார்த்து மேலிருந்து எறிந்தால் லாரியில் போட்டுவிடலாமென வீச எத்தனிக்கையில்,

கண்களைத் திறந்து, “கர்ணா” என்றது.

தோணியிலேறும் நாள்

எத்தனை நாட்கள் திட்டமிட்டார்களோ தெரியவில்லை. எவ்வளவோ ஜாக்கிரதையாக இருந்தேன். எல்லா அடையாளங்களையும் மாற்றிக் கொண்டு இருந்தேன். ஆனாலும் என்னையே ஏமாற்றிக் கடத்தி வந்துவிட்டார்களென்றால் பெரிய சாமர்த்தியசாலிகள் தான். பிரச்சனையில்லை. இங்கேயிருந்து தப்பிக்கும் வழியை விரைவில் கண்டுபிடித்துவிடுவேன். கடந்த ஏழு நாட்களாகக் கவனமாகக் கண்காணித்து வருகிறேன். இந்த வீட்டின் மிகப் பெரிய கதவைத் திறந்து எனக்கு உணவளிக்க ஒருத்தி வருகிறாள். குட்டையாகத் திரண்ட தேகத்துடனிருக்கும் அப்பெண் நைந்த கோதுமைக் கஞ்சியைத் தவிர, எதையும் சமைக்கத் தெரியாதென வரம் வாங்கிப் பிறந்திருப்பாள் போல. குறைந்தபட்ச மனிதாபிமானமற்றவள். ஓர் ஊறுகாய்த் துண்டைக் கூட சேர்த்துப் பரிமாற மறுக்கிறாள்.

கல்யாண மண்டபத்திலிருந்து முகத்தில் கர்ச்சிப்பை வைத்து அழுத்தி, மயக்கமுறச் செய்து தூக்கி வந்துவிட்டார்கள். கல்யாணத்திற்கென ஆசை ஆசையாக வாங்கி வந்த பச்சை வண்ண பட்டுப் புடவை இப்போது கசங்கிப் போய் கிடக்கிறது. கண்ணாடி வளையல்கள் கீறிக் கைகள் புண்ணாகிவிட்டன, கொலுசு குத்திக் கிழித்திருக்கிறது. நிச்சயமாக நான் பெரும் போராட்டத்திற்குப் பிறகே சங்கிலியால் கட்டி

அடைத்து வைக்கப்பட்டிருக்கிறேன். இடுப்பு வரை தொங்கும் கூந்தலைக் கத்திரித்துக் குட்டையாக ஆக்கியிருக்கிறார்கள். மண்டையைப் பேனும் ஈரும் கடித்துத் தின்கிறது. திட்டமிட்டே தான் ஏவியிருப்பார்கள், இருக்கட்டும் இங்கிருந்து வெளியேறியவுடன் இவர்களின் மீது நானும் தொல்லை தரும் பூச்சிகளை ஏவி விடுவேன்.

ஒரு மலைமுகட்டில் தனித்திருக்கும் வீட்டுக்குள் அடைத்து வைத்திருக்கிறார்கள். என் தொண்டை கிழியக் கத்தினாலும், யாருக்கும் கேட்கப் போவதில்லை. ஒரு வேளை தப்பித்து ஓடினாலும் தொடைகளைக் கவ்விக் கடித்துக் குதறும் நான்கு நாட்டு நாய்களை வைத்திருக்கிறார்கள். அவைகளின் மூச்சிரைப்பைத் தவிர்க்க என் இருதயம் வேகமாகத் துடித்துக் கொண்டேயிருக்கிறது. அதில் ஒன்று கறுப்பு நிறத் தோல் பளபளக்க, எச்சில் வடிய என்னை வெறித்துக் கொண்டேயிருக்கும்.

என் தலைமாட்டுக்கு வடக்கே ஒரு ஜன்னல் இருக்கிறது. அதன் கண்ணாடி உடைந்திருப்பதால் திறந்தே கிடக்கும். அவ்வழியே தான் உலகைப் பார்த்துக் கொண்டிருக்கிறேன். மலையுச்சியின் சாய்வில் ஓர் ஆறு இருக்கிறது. மலையிலிருந்து வழிகிற நீரினால் உருவான ஆறென்பதால், மலையின் கால்களைத் தடவிக் கொண்டேயிருக்கும் பிள்ளையின் சாயலில் நீர் நிரம்பியிருக்கிறது. பச்சைப் பட்டுப் புடவைக்குத் தங்க பார்டர் வைத்தது போல் சூரியன் உதிக்கும் போதும், மறையும் போதும் ஒரு ஜொலி ஜொலிப்பை வீசிச் செல்லும் அதன் வெளிச்சம் என் முகத்தில் பட்டு, கழுத்து, மார்பு, வயிறு வழியாகக் கால்களில் இறங்கிச் செல்லும். உள்ளங்கால் சூடேறிக் குளிரும் போது, இருளாவதை உணர்ந்து கொள்ள முடிகிறது.

ஆற்றின் பக்கவாட்டில் சிறிய இரும்புப் பாலம் இருக்கிறது. துருவேறிய இரும்புப் பாலத்தின் கைப்பிடியில் பாசிப் படர்ந்த தாம்புக் கயிறு கட்டியிருக்க, கயிற்றின் மறுமுனையால், ஆற்றில் தத்தளிக்கும் தோணியைக் கட்டியிருக்கிறார்கள். என் கண்கள் மயக்கத்திலிருந்து விடுபடும் போதெல்லாம் காட்சிக்குள் சிக்குவது மலை, ஆறு, பாலம், கயிறு, தோணி. என் உடலின் பலத்தையெல்லாம் ஒன்று திரட்டித் தப்பிக்கும் போது, அந்தத் தோணிக்குள் ஏறியமர்ந்து கயிற்றைத் துண்டித்துவிட்டால் போதும். மறுகரையில் என்னைத் தேடி எனக்காகக் காத்திருக்கும்

அவனிடம் சென்று விடுவேன். அந்த நாளுக்கு இன்னும் சில நாட்களே இருக்கின்றன.

“அக்கரையில் வாழ்பவனே
அக்கறையில் வாழ்பவனே
நமக்கிடையில் தோணி கிடக்கிறது
நமை இணைக்க காத்துக் கிடக்கிறது
தோணியிலேறி வருவேன்
தோள்களிரண்டில் உனைச் சூடிக்கொள்வேன்”

எனக்கென்னாயிற்று அம்மாவைப் போல் நானும் எனக்குள்ளே பாடிக் கொள்கிறேனே.. என் அம்மாவைத் தெரியுமா?

வாழ்க்கை எல்லோருக்கும் எப்போதும் வாய்ப்புகளைத் தருவதில்லை. அப்படி தந்திருந்த போதும் பயன்படுத்திக் கொள்ளத் தவறிய முட்டாள்களின் வரிசையில் நானுமிருக்கிறேன். ஒரு கரிய நாளில் விதியின் பெயரால், தலைகீழாகப் புரட்டிப் போடப்பட்ட ஆமை நான். தன்னுடலைத் தானே புரட்ட முடியாத மக்கு ஆமைக்கு முதுகெல்லாம் சிரங்குகள்.

“ஆஹ் வலிக்கிறது.. கிறுக்குப் பெண்ணே என்னை அழுத்திப் பிடிக்காதே.”

அம்மா அடிக்கடி கால்களைக் கழுவிக் கொண்டே இருப்பாள். ஒரு காலின் மீது மற்றொரு காலை அழுத்தித் தேய்க்கும் போது கடலுக்கு வெளியே தூக்கிப் போடப்பட்ட இரண்டு வாளை மீன்களைத் கல்லுப்பு போட்டுத் தேய்ப்பது போலத் தோன்றும். இடிந்து விழுவதற்குத் தயாராகயிருக்கின்ற கட்டடத்தில் தான் அம்மா கல்யாணம் முடிந்து சென்னை வந்தது முதல் குடியிருக்கிறாள். அங்கேயே தான் நானும் அண்ணனும், தங்கையும் பிறந்தோம். எங்களுக்குத் தூளி கட்டிய மரச் சட்டத்தைக் கூட, அறுந்து விழுந்திடுமோ என்ற அச்சத்துடன் பார்த்துக் கொண்டேயிருந்ததாக அம்மா அடிக்கடி சொல்லியிருக்கிறாள். சென்னையின் குண்டுங்குழிகள் நிறைந்திருந்த சாலையில், ஓடுகளால் வேய்ந்த முதல் தளத்தில் வீடென்ற பெயரிலிருந்த சற்றே பெரிய கூடு அது. ஓடுகளில் முளைத்துப் பரப்பிக் கிடக்கும் பெயர் தெரியாச் செடிகளிலிருந்து மழைக் காலங்களில் விஷப் பூச்சிகள் ஊர்ந்து வரும். அவை பிள்ளைகளைக் கடித்திடுமோ என்ற அச்சத்துடன் பல இரவுகள் உறங்காமல் கிடந்திருக்கிறாள்.

அப்பாவைப் பொறுத்தவரை எல்லாமே கணக்கு தான். வந்த கணக்கு ஐந்து, வாழ்ந்த கணக்கு இரண்டு, லாபம் ரெண்டு நட்டம் மூன்று இப்படியாகத் தான் பேசிக் கொண்டிருப்பார். சினிமாக்கள் தவறவிட்ட அதி அற்புத வில்லன். அவரிடம் ஐந்து நிமிடங்கள் பேசும் எவரும் அவருக்காகக் கொடி பிடிக்கத் தொடங்கிவிடுவார்கள். இல்லையென்றால் ரிக்ஷா ஓட்டிக் கொண்டிருந்த கலியமூர்த்திக்கு ரெண்டு கார்களுக்கு உரிமையாளராகும் வாய்ப்பு கிடைத்திருக்குமா என்ன? வாரத்தின் ஆறு நாட்களும் காசு காசென ஓடுவதும், ஒவ்வொரு சனிக் கிழமையும் சாதிச் சங்கத்து ஆட்களோடு சேர்ந்து பஞ்சாயத்து பேசவும், தொண்டை வரைக் குடித்து விட்டு தள்ளாடிக் கொண்டே வீட்டுக்கு வருவதுமாக இருப்பார். சாதிப் பெருமையைப் பேசிப் பேசியாவது அவரது சாதியினரிடத்தில் மிகப் பெரிய இடத்தை அடைய வேண்டுமென்ற எண்ணம் வெறியாக மாறியிருந்தது. கிடைக்காத மரியாதைக்கு அலைந்து அலைந்து அக் கோபத்தைக் குடும்பத்தினரிடம் காட்டும் மோசமான மனநிலைக்குச் சென்றிருந்தார்.

அம்மாவுக்குத் தினமும் நூறு ரூபாயை, மாடத்தில் அப்பா வைத்துவிட்டு போவதோடு சரி. இந்தியப் பொருளாதாரம் ஏறினாலும் இறங்கினாலும் கவலையில்லை. தட்டில் விழும் சாதத்தில் மட்டும் ருசியும் அளவும் குறைந்து போகக் கூடாது. அந்த கறார் தனத்துக்காகவே அம்மா ஓர் உணவுத்துறை அதிகாரி போலவே செயல்படத் தொடங்கினாள்.

வட சென்னையின் மத்தியப் பகுதியில் நடுத்தர வர்க்கத்திற்கும் கீழேயுள்ள அடையாளத்தில் அறியப்பட்ட எங்கள் குடும்பத்தை, அக்கம் பக்கத்து வீட்டினர் ஓரளவு மதிப்பதற்கு அம்மா தான் காரணமாக இருந்தாள். குறைந்த விலையில் மளிகைப் பொருட்கள், ஆடை, வீட்டு உபயோகப் பொருட்கள், அத்தியாவசிய பொருட்கள் எங்கெங்கு கிடைக்குமென அம்மாவுக்குத் தெரியும். எந்தக் கடையில் எப்போது தள்ளுபடி, என்னென்ன இலவசமென அம்மாவிடம் தான் அக்கம் பக்கத்தினர் கேட்பார்கள். குடும்பம் நடத்தினா தாட்சாயினி போல நடத்தனும்னு பெருசுங்கலாம் ஏத்திவிடும் போது, அம்மா கிழக்குப் பக்கமாக இருக்கும் தூணில் தலையை முட்டிக் கொள்வாள். கோபத்திலும், அழுகையிலும் கைகளால் தலையை அறைந்து கொள்வதும், எரிச்சலாகும் போது தூணில்

முட்டிக் கொள்வதும் அம்மாவுக்குப் பழக்கமானது. அம்மாவின் முன் மண்டை ஒரு பக்கமாக வீங்கியேயிருப்பதாக எனக்குத் தோன்றும்.

இரவுகளில் அம்மாவின் அருகே நெருக்கமாகச் செல்லவே முடியாத அளவிற்கு வலிநிவாரண தைலங்களால் குளித்திருப்பாள். தொடைகளுக்கென ஒரு தைலம், நெற்றியில் ஒரு தைலம், வெற்றிலையில் சூடம் வைத்துச் சூடாக்கி நெற்றிப்பொட்டில் ஒட்டியிருப்பாள்.

அப்பாவைப் பொறுத்தவரை அம்மாவுக்கும் அவருடைய அம்பாஸிடர் காருக்கும் பெரிய வேறுபாடெல்லாம் பார்த்ததில்லை. அதிகபட்சமாக அம்மாவை அழைத்துச் சென்ற பெரிய மருத்துவமனையென்பது அரசு பொது சுகாதார மருத்துவமனை தான். அவள் சேலை முழுக்க ஃபெனாயில் வீச்ச மடிக்க வீட்டிற்குள் நுழையும் போதே தெரிந்துகொள்வேன். வட்ட வடிவிலான த/நா என்ற மாத்திரைகளைப் போட்டுக் கொள்வாள். முழுநாள் ஓய்வுக்கு கூட அனுமதிக்காமல் வார்த்தைகளால் வறுத்தெடுத்துவிடுவார்.

“விக்குற வெலவாசில ஓட்டல் சாப்பாடெல்லாம் நமக்கு கட்டுபடியாவுமா என்ன? ஏய். தாட்ச்சானி எழுந்துருவே, எதுனா உப்புமாவோ, களியோ கிண்டிப் போடுடி. முடியல முடியலன்னு படுத்தா குடும்பத்த ஓங்க ஆயாவா வந்து பாத்துக்குவா, மதராஸுல வாழறன்னு சொல்லவும் வாய ஆன்னு தொறந்துப்புட்டு குடும்பத்தோட அனுப்பி வச்சாங்கள்ல அவியல சொல்லனும், சும்மாவா சோறு கெடைக்கும். மேலு வலிக்க ஒழைக்கனும்ட்டி நாம்பாட்டுக்குப் பேசிக்கிட்டே இருக்கேன் செவிட்டு மூதி எழுந்துருவே.”

உப்பு போட்டு சாப்பிடும் யாருக்கும் அதுக்கு மேல பொறுத்திருக்க முடியாதென அம்மா சொல்வாள். போதையில் தள்ளாடும் குடிகாரனைப் போல் எழுந்து அடுக்களைக்குச் செல்வாள். பதினைந்து நிமிடங்களில் உப்புமாவோ கேப்பங்களியோ தட்டில் விழும்.

அவளுடைய வாழ்நாளைத் துல்லியமாக யாராவது எழுதினால், ஒரு லாரி கோதுமை மாவினைப் பிசைந்தவளென்றும், ஒரு வண்டி சிவப்பு மிளகாயை அம்மியில் அரைத்தவளென்றோ, நான்கு லோடு தேங்காயைத் திருவியவளென்றோ எழுதட்டும்.

அதை விட ஆயிரம் கிலோவிற்கு மேலான அரிசியைப் புடைத்து வேகவைத்தவளென்று நிச்சயமாகக் குறிப்பிடவேண்டும். மண்ணெண்ணெயைப் பம்ப் அடுப்பில் ஊற்றி பற்ற வைத்து அதை பம்ப் செய்து சரியான வேகத்தில் எரிய விட்டு சமையலைத் தொடங்குவாள். வீடு முழுக்க மண்ணெண்ணெய் வாசனை பரவ, காலை விடியும். அவளது முழங்கை வரை அறுப்புக் காயங்களும், தீக்காயங்களும் நிலவைப் போன்று தோன்றி மறையும்.

நானும், அண்ணனும், தங்கையும் அம்மாவின் வாழ்க்கைக்குக் கையாலாகாத மௌனசாட்சி. சமயங்களில் எழுந்து சென்று அப்பாவின் சட்டையைப் பிடித்து உலுக்க நினைப்போம். ஆனால் அம்மாவின் இரத்தம் சற்று அதிகமாகவே உடலில் ஊறிக் கிடந்ததால் அவளைப் போலவே ஊமையாகியிருந்தோமென அறிந்தோம்.

அப்பா இல்லாத நேரங்களில் அம்மா அருமையாகப் பாடுவாள். சுசீலாவையும் ஜானகியையும் சேர்த்து வைத்த குரல். சில பாடல்களை மீண்டும் மீண்டும் பாடும் போது முதுகோடு சேர்த்துக் கட்டிக்கொள்வேன். வியர்வையும் எண்ணெயும் வழியும் முதுகில் அன்பு பெருக்கெடுத்து ஓடும்.

"குயிலு கருங்குயிலு
மாமன் மனக் குயிலு
கோலம் போடும் பாட்டாலே
ராகம் பாடும் கேட்டாலே
சேதி சொல்லும் பாட்டாலே
ஒன்ன எண்ணி நானே
உள்ளம் வாடிப் போனேன்
கன்னிப் பொண்ணு தானே
எம் மாமனே எம்ம் மாமனே..."

கண்ணில் கொஞ்சம் கண்ணீரோடு பாடுவாள். எனக்கு நன்றாகத் தெரியும் அவளுக்கென ஓர் அழகான காதல் இருந்திருக்கிறதென. கிண்டலாகக் கேட்டு வைப்பேன்.

"ம்மா அந்த மாமான்காரன் யாருன்னு எங்கிட்ட மட்டுஞ்சொல்லேன் ப்ளீஸ்."

"அடி செருப்பால போயிடு அங்கட்டு ஆளயும் மூஞ்சியும்."

வாய்தான் திட்டுமே தவிர, கண்களுக்குள் மின்னலடிக்கும் பரவசத்தை மறைக்கத் தெரியாமல் முந்தானையால் மூடிக்கொள்வாள்.

பதின்மத்திலிருந்தே மனதுக்குள் தீர்மானமாக வைத்திருந்த வைராக்கியம் அப்பா காட்டும் பையனைத் தவிர உலகத்தில் யாரை வேண்டுமானாலும் திருமணம் செய்துக் கொள்ளலாம் என்பது தான். ஆனால் நீ என்ன முடிவெடுப்பது என்று விதி மறுபக்கம் சடை முடியுமல்லவா?

பத்தாம் வகுப்புத் தேர்வில் தோல்வியடைந்து விட்ட அண்ணன் அம்மாவின் சேலையில் கழுத்தைச் சுருக்கிட்டுத் தற்கொலை செய்து கொண்டான். அம்மாவும் தங்கையும் கதறியழ, அப்பா அப்போதும் ஒடிந்து விடாத ஓட்டு வீட்டின் உத்தரத்தை வெறித்துக் கொண்டிருந்ததை நான் பார்த்தேன். எனக்குத் தெரியும் அண்ணன் மதிப்பெண் குறைந்த காரணத்தால் தற்கொலை செய்யவில்லை. அப்பாவின் அடிமிதிகளுக்கும் கொடுமைகளுக்கும் பயந்தே செத்துப் போனான். அவன் கோழைத்தனத்தை நினைத்துக் கோபமாக வந்தது. தன் மகன் வளர்ந்து ஆளாகி, தன்னை இந்த மனிதரிடமிருந்து கொஞ்ச காலமாவது நிம்மதியாக வாழ வைப்பானென்ற அம்மாவின் நம்பிக்கையையும் சேர்த்து முடிச்சுப் போட்டு இறுக்கியிருக்கிறான்.

நான் கல்லூரியில் சேர்ந்த இரண்டாம் வருடம், மீண்டும் ஒரு நம்பிக்கை துரோகத்தைத் தங்கை செய்தாள்.

“எனக்குப் பிடித்தவரோடு செல்கிறேன் தேட வேண்டாம்” என்ற மிகச் சிறிய தகவலைக் கொடுத்துவிட்டு பள்ளிக்கூடத்திலிருந்தே சென்றுவிட்டாள். அண்ணன் அளவுக்கு இவள் கோழையில்லை என்ற மட்டிலும் எனக்கு மகிழ்ச்சி தான்.

“புள்ளய வளக்கத் தெரியல வந்துட்டான்.. மத்தியஸ்தம் பேச” என்று சங்கத்தில் எவனோ பற்ற வைத்த நெருப்புக்கு பெல்ட்டினால் அம்மாவின் உடலில் தடித்தடியாகக் கோடுகளை இழுத்துச் சென்றார். உரிப்பதற்கும் அறுப்பதற்கும் முன்பான கோழியின் சாயலில் அம்மா இருந்தாள்.

அப்பாவிற்குத் தங்கையின் திருமணம், படிப்புச் செலவு இல்லாமல் போனது நிம்மதியாக இருந்திருக்கும். மற்றபடி

எங்கள் மீதான கோபமும் அதிகாரமும் இன்னமும் அதிகமானது. அனைத்து வகையிலும் நான் சோதனை செய்யப்பட்டேன். எப்போது செல்கிறேன் எத்தனை மணிக்கு வருகிறேன், யார் யாரோடு பேசுகிறேன் எனது தோழிகள் யார் யார், எனது பைக்குள் என்ன இருக்கிறது என எல்லாவற்றையும் சோதித்தார்.

அம்மா கிட்டத் தட்ட நடைபிணமாக நடமாடினாள். என் மடியில் குழந்தை போல் படுத்துக் கொண்டு கைகளைத் தலையில் வருடச் சொல்வாள். அப்பாவின் இருமல் சப்தம் செருப்புகளைக் கழட்டும் சப்தம் எல்லாவற்றிற்கும் மருண்டு விழிப்பாள். மனநிலை பாதிக்கப்படுகிறாள் என்பது துல்லியமாகத் தெரிந்தது. கல்லூரி முடிந்து மாலை வீடு திரும்பியவுடன் அம்மாவை ஓடிச்சென்று பார்ப்பேன், அவளுடைய மூச்சிரைக்கும் மார்புகள் மட்டுமே அவள் உயிரோடிருப்பதை உறுதி செய்யும்.

அம்மாவின் இயலாமை அப்பாவை மேலும் எரிச்சலாக்கியது. அவளால் எந்தப் பிரயோசனமுமில்லை என்றான பின் அவளுக்காகச் செலவு செய்யும் ஒவ்வொரு பைசாவையும் நட்டக் கணக்கில் சேர்த்துப் பார்க்கிறார். கோபத்தில் வெளிவரும் கெட்ட வார்த்தைகளால் அம்மாவின் கண்களில் கண்ணீர் வடிந்து உறையும். நான் காதருகே சென்று ரகசியமாகச் சொல்வேன், “ம்மா கொஞ்ச நாள் பொறுத்துக்கோம்மா படிச்சு முடிச்சதும், வேலை கெடச்சுரும் பொறவு இந்த ராசாத்திய தூக்கிட்டுப் போய் சந்தோசமா வாழ வைப்பேன் பாரேன்” ஒப்புக்குக் கூட நம்பிக்கையின்றி மலங்க மலங்க பார்த்துக் கொண்டேயிருப்பாள். ஒவ்வொரு நாளும் கனத்த இருதயத்தோடு கல்லூரிக்குள் நுழையும் பெண் நானாகத் தான் இருந்திருப்பேன்.

கல்லூரிப் படிப்பின் இறுதியாண்டில் பகுதி நேர லெக்சரராக வந்தவனுக்கு எனது முகம் ஏனோ பரிதாபத்தை ஏற்படுத்தியிருக்கும் போல. நேரடியாகவே என்னிடம் பேசி என் நிலையைத் தெரிந்து கொள்ள வந்தான். தொடக்கத்தில் அப்பாவின் மீதான பயத்தில் பேசத் தயங்கினேன். பிறகு தைரியத்தை வரவழைத்துக்கொண்டு என் விஷயத்தில் தலையிட வேண்டாமெனக் கேட்டுக் கொண்டேன். நாகரிகத்துடன் ஒதுங்கிக் கொண்டவுடன் ஆசுவாசமாக அடுத்த செமஸ்டருக்காக என்னைத் தயார் செய்வதில் கவனத்தைச் செலுத்தினேன்.

என் பெயருக்குப் போன் வந்திருப்பதாகக் கல்லூரி அலுவலகத்திலிருந்து அழைப்பு வந்தவுடன் அங்கேயே கண்கள் இருட்டிக்கொண்டு மயங்கிச் சரிய தண்ணீர் தெளித்துக் கன்னத்தில் தட்டி எழுப்பினார்கள். அவர்கள் எந்தத் தகவலும் சொல்லாமலேயே என்னால் புரிந்து கொள்ள முடிந்தது.

அம்மாவைச் சடலமாக நடு வீட்டில் கிடத்தியிருந்தபோது நான் உயிருள்ள சடலமாக அருகே சாய்ந்திருந்தேன்.

“ஏம்மா என்னய தனியா விட்டுட்டுப்போனே எழுந்திரும்மா

தூங்கத்தானே செய்றே, எந்திரிச்சு வாம்மா நான் உன்னைக் கூட்டிட்டுப் போறேன். நாம எங்கனாச்சும் போவோம்.

வாம்மா எந்தங்கமுல்ல.. எஞ்செல்லமுல்ல, நா ஒனக்கு நீ ஆசப்பட்டதெல்லாம் வாங்கித் தாரேன்னு சொன்னேனுல்ல, யம்மா.

யம்மா, எழுந்திரும். இல்லன்னா உன் வயித்துக்குள்ள என்னய மறுவடி வச்சுக்கோம்மா. என்னயும் சேத்து எங்கம்மா கூட பொதச்சுடுங்க.

ஐயோ தூக்கிட்டுப் போறாவளே. அம்மா அம்ம்மா அம்ம்மா..”

நெஞ்சில் அடித்துக் கொண்டு அழுதேன்; தலையிலறைந்து கொண்டு அழுதேன். தூணில் முட்டிக் கொண்டு அழுதேன்.

காரியங்கள் முடிந்து கல்லூரிக்குச் சென்ற போது பாடங்களின் மீது ஈடுபாடின்றி தனித்து நின்றேன். கல்லூரியின் மத்தியில் வேரூன்றி வீற்றிருக்கும் ஒரு பெரிய மரத்தின் நிழலிலேயே அமர்ந்து கொள்வேன். தாயைப் பிரிந்து வேதனையுடன் இருக்கிறாளெனக் கூடப் படித்தவர்கள் தொந்தரவு செய்யவில்லை. சில நாட்கள் கழித்துச் சரியாகி விடுவேனென நம்பினார்கள்.

அன்று அம்மா கல்லூரி மொட்டைமாடியில் நின்று கைகளை நீட்டினாள். மாமனுக்காகப் பாடும் பாட்டு சத்தம் கேட்டது. அவளுடைய வியர்வை வாசனை நாசியில் படர மொட்டைமாடிக்கு வேகமாகச் சென்றேன். அம்மா உயரமான திண்டிலிருந்து வா வா வென அழைத்தாள். நான் புத்தகங்களை வீசி விட்டு திண்டின் மீது ஏறினேன்.

“சாகலாம்னு முடிவே பண்ணிட்டிங்களா?”

“ஸ்ஸ் ஸார்..”

“இறங்கி வாங்க.”

“இல்ல சார் நான் எங்கம்மா கிட்ட போறேன் ப்ளீஸ் என்னைப் போகவிடுங்க.”

“முட்டாள்த்தனமா பேசாதீங்க சாகறது எல்லாத்துக்கும் தீர்வு கெடயாது.”

“எனக்கு வேற வழி தெரியல்ல சார்.”

வேகமாகக் குதிப்பதற்குப் பாதங்களை எவ்வினேன்.. சட்டெனப் பாய்ந்து கைகளைப் பற்றி இழுக்கத் தடுமாறி அவன் மீதே சாய்ந்தேன். என் உடல் முழுக்க அவன் மீது படர்ந்திருக்க, சுதாரித்து மீண்டும் வேகமாக எழுந்து திண்டின் மீது ஏறப் போனேன். இம்முறை அவன் என்னை இழுத்தது மட்டுமின்றி பளாரெனக் கன்னத்தில் அறைந்தான். அதை எதிர்பார்க்காமல் ஒரு கணம் தடுமாறிப் போனேன். அந்தக் கணத்தைப் பயன்படுத்தித் தரதரவென இழுத்துக் கீழே வந்து மரத்தின் நிழலில் உட்கார வைத்தான். குடிக்க தண்ணீர் கொடுத்து கொஞ்சம் அறிவுரைகளையும் சொல்லி என்னை ஆசுவாசப்படுத்தியதாக நம்பி இரண்டு மாணவிகளுடன் என்னை ஆட்டோவில் ஏற்றி வீட்டிற்கு அனுப்பி வைத்தான்.

அடுத்த நாளே என்னைப் பார்க்க, நான் நலமாகத் தான் இருக்கிறேன் என்பதை நேரடியாகக் காண, கல்லூரியில் எனது முகவரியை வாங்கிக் கொண்டு வீட்டிற்கே வந்து விட்டான்.

காட்சிகள் கண் முன்னே விரிகின்றன. புரண்டு படுக்க வேண்டும்; சிறுநீர் கழிக்க வேண்டும்; கால்கள் மரக்கட்டையாகக் கிடக்கின்றன. அடிக்கடி ஈரமாக உணர்கின்றேன். வாடை வீசுகிறது. என் உடலிலிருந்து ஏதோ ஒரு குரல் எனக்காகப் பேசுகின்றது. பாவம் நான் உடன்பட மறுக்கிறேன்.. அன்று அவன் வந்த போதும்..

“யாருவே நீயி எவ்வளோ தைரியமிருந்தா எங்கூட்டுக்கே வந்து அவளப் பாத்துட்டுப் போவனுன்னு சொல்லுவே. ஒங்கூடத்தான் இந்த நாயி பழக்கம் வச்சிருக்காளோ? அப்பயே சந்தேகப்பட்டேனல்லோ.. சீவிச்சிங்காரிச்சுவுட்டு போறாளே, சனியனுக்குத் தைரியம் அதிகந்தான். இருக்குற காசையெல்லாம்

வாரித் திங்கனும்முன்னு ஒன்னய நேருல்லயே வரவச்சுட்டாப் பாத்தியா? அம்மயப் போலவே புள்ளயளுன்னு தெரியாமலோ சொன்னாவோ மூதியளு."

அதிர்ச்சியில் உறைந்தவன் சட்டென சுதாரித்து, "ஆமாய்யா உன் பொண்ண கட்டிக்கத்தான் பொண்ணு கேட்டு வந்திருக்கேன்" என்றான்.

"அடி செருப்பால பரதேசிப் பயலே, யாருக் கிட்ட வந்து பொண்ணு கேக்கே, நீ என்ன ஆளுன்னு உங்கழுத்துல கெடக்க அடையாளமே சொல்லுதே, அதுப்போதாதோ. அவ கழுத்த நெறிச்சுக் கொன்னு போடுவேன தவித்து, உட்டுப் போட்டு ஒனக்குத் தருவேன்னு மட்டும் கனவுல கூட நெனச்சுப் பாக்காத."

"நீர் என்னய்யா சொல்றது ஹா.. எந்தக் காலத்துல இருக்குதீய உம்ம பொண்ண வெளில வரச் சொல்லும். யாரு கூட வாழனும்முன்னு அவ சொல்லட்டும். அது அவ வாழ்க்க, அவளே முடிவெடுக்கட்டும்.."

"ஓஹோ அவ வாழ்க்கையா? அவளே முடிவெடுப்பாவளோ, பன்னாடப் பரதேசிப் பயலே, இதத் தான் பாடம் படிச்சுக் கொடுக்கறியோ.. இங்காரு அவ வெளில வரவும் மாட்டா எதுவும் சொல்லவும் மாட்டா, நீ ஊட்டவுட்டு வெளிலப்போ, மொதல்ல போடா போ போ."

கழுத்தைப் பிடித்து வாசலுக்குத் தள்ள தெருவில் நிலை குலைந்து விழுந்தவன் சட்டென எழுந்து பேண்ட்டில் ஒட்டியிருந்த மண்ணை கைகளால் உதறியபடி, "ஏய் பொண்ணே வெளில வா, வெளில வா இப்போவே. நம்ம உறவுக்கு உங்க அப்பா ஒரு பேரு வச்சிருக்கார். அதப் பொய்யின்னு சொல்லவாச்சும் வெளில வா, உன் பேர் கூட சரியாத் தெரியாது. உங்கப்பாவைப் பாத்துப் பயப்படாதே. நான் இருக்கிறேன். எப்பயும் இருப்பேன். என்னை நம்பு. வாழ்க்கையில் முக்கியமான முடிவுகள எடுக்கறதுக்குக் காலம் வாய்ப்பு கொடுக்கும் போது தவற விட்டுடாதே, துணிச்சலோட முடிவெடு. கதவைத் திற வெளியே வா."

கதவு திறக்கவேயில்லை. கோபத்தோடு கால்களால் கதவை எட்டி மிதித்துவிட்டுச் செல்கிறான்.

அதிலிருந்து மூன்றே மாதத்தில் திருமண ஏற்பாடுகளை வேகமாகச் செய்தார். இறுதித்தேர்வு எழுத அனுமதிக்கப்படவில்லை.

எந்தச் சலனமுமற்ற பொம்மையைப் போல் நடமாடுகின்றேன். மரணத்தைத் தவிர எந்த விடுதலையுமில்லையெனத் தோன்றினாலும் தற்கொலை செய்து கொள்ள மீண்டும் முயற்சிக்கவில்லை. என் உயிரை ஒருமுறை காப்பாற்றிக் கொடுத்த ஒருவன் குறைந்தபட்சமாக என்னிடம் கேட்டது விடுதலையைத்தான். எனக்காகப் பேசியவனுக்கு என்னால் எதுவும் செய்ய முடியவில்லையே என்ற குற்றவுணர்வு தூண்டி தொலைத்தது.

அப்பாவின் கண்காணிப்பை ஏமாற்றி அவனிடம் ஒருமுறையாவது மன்னிப்புக் கேட்டு விட வேண்டுமென நினைத்தேன். அதன்படியே திருமணத்திற்கு முந்தைய நாளில் ஏதோ ஒரு காரணத்தை நம்பும்படியாகச் சொல்லிச் சந்திக்கச் சென்றேன்.

“நித்யா”

“ம்ம்”

“உங்க பேரு நித்யா தானே?”

“ஆமாம்.”

“சரி.. அன்னைக்கு அவ்வளவு தூரம் உங்களுக்காகப் பேசும் போது வராத நீங்க, இப்ப நாளைக்கு கல்யாணத்தை வச்சுகிட்டு ஏன் வந்தீங்க?”

“உங்ககிட்ட மன்னிப்பு கேட்கனும் சார்.”

“மன்னிப்பா.. நீங்க கேட்கும் மன்னிப்பால உங்க வாழ்க்கை மாறிடுமா என்ன?”

“மாறாதுன்னு தெரியும் சார். முன்னப் பின்ன யாருன்னே தெரியாத பொண்ணுக்காகப் பேசறதுக்குப் பெரிய தைரியம் வேணும் சார். எங்கப்பாவை எதிர்த்துக் கேள்வி கேட்ட முதல் நபரா நீங்க தான் இருக்கறிங்க ஆனா உங்களுக்கு என்னால...”

“இங்க பாருங்க நித்யா.. மொதல்ல உங்க அப்பாகிட்டேந்து உங்களைக் காப்பாற்றத்தான் நினச்சேன். ஆனா நீங்க வந்திருந்தீங்கன்னா மனதார ஏத்துகிட்டு கல்யாணம் கூட செய்திருப்பேன்.”

“என்ன சொல்றிங்க எனக்குப் புரியல.”

“இது காதலா, வேற எதாச்சுமான்னு தெரியாது. உறவுகளே இல்லாம ஆஸ்ரமத்துல வளந்திருக்கேன், அம்மான்னா எப்படி இருப்பாங்கன்னு கூட தெரியாது. ஆனா ஒங்க அம்மா அழச்சாங்கன்னு தற்கொலை செய்ய போகும் போது ஒங்க கண்ணுல ஒரு அம்மாவைப் பாத்தேன். உறவுக்கு இவ்வளோ பலம் இருக்கான்னு தெரிஞ்சுகிட்டேன். சத்தியமா இந்த இண்டென்ஷனோட ஒங்க வீட்டுக்கு வரல.. ஒங்க அப்பா பேசுன வார்த்தைல அந்தக் கணம் அப்படி தோணுச்சுது. ஆனா எப்ப நீங்க வெளில வரலையோ அப்பவே உங்களுக்கு இதுல விருப்பம் இல்லன்னு தெரிஞ்சுகிட்டேன்.”

“எப்படி சார் வந்திருக்க முடியும்?”

“புரியல நித்யா, ஏன் அப்படி சொல்றிங்க?”

“கையையும் காலையும் கட்டி, வாயில துணியை வச்சு அழுத்தியிருந்தா ஒரு பொண்ணால எப்படி சார் வரமுடியும்.”

“என்ன சொல்றிங்க?”

“யெஸ் சார்.. இல்லன்னா அன்னிக்கே உங்க கூட வந்திருப்பேன். என்னால ஒரு துளி கூட நகர முடியல.”

“ஏன் நித்யா உங்க அப்பா இத்தன மோசமா இருக்காரு. என் வாழ்நாள்ல இந்த மாதிரி ஒரு சேடிஸ்ட்ட பாத்ததே இல்ல அண்ட் இதுக்கப்புறமும் நீங்க ஏன் கல்யாணத்துக்கு ஒத்துக்கிட்டிங்க?”

“தெரியல சார்.. எனக்கு வேற வழி கிடையாது. என் அம்மா, அண்ணன், தங்கை எல்லோருமே என்னை விட்டுப் போனதுக்கு எங்கப்பாத்தான் காரணம்னு நல்லா தெரிஞ்சும், என்னால ஒன்னும் பண்ண முடியல. இப்ப அவரோட மொத்த அதிகாரத்தையும் இன்னொரு அயோக்கியன்கிட்ட கைமாத்தி வெல பேசிட்டாரு.. நானும் ஒரு மந்தையிலேந்து கசாப்புக் கடைக்குப் போகப் போறேன் அவ்ளோதான்.”

“நோ நித்யா, நீங்க எங்கயும் போக வேனாம்.. இங்கயே இருங்க நான் மத்தத பாத்துக்கறேன், எனக்குத் தெரிஞ்ச போலீஸ் அதிகாரிங்க இருக்காங்க உங்க அப்பா பேர்ல கம்ப்ளெய்ண்ட் கொடுப்போம் மொறைப்படி கல்யாணமும் பண்ணிக்கலாம் சரியா.”

“காலம் கடந்து போச்சு சார், போலீசுக்கெல்லாம் பயந்தவரா எங்க அப்பாவை நினைக்க தோணுதா, கடவுள்னு ஒருத்தர் இருந்தா அவரையே எங்கப்பா வரவு செலவு கணக்கா தான் பார்ப்பாரே தவிர பயப்படலாம் மாட்டார்.. இப்ப நான் போகலன்னா அடுத்த உங்க ஆசிரியர் வேலைக்கே வேட்டு வைக்க என்னலாம் பண்ணனுமோ அதப் பண்ணிடுவார். மத்தவங்க மானத்தோட வெளயாடறதுன்னா எங்கப்பாக்குக் கரும்பு சாப்பிடறது போல.”

“நித்யா என்ன நடந்தாலும் எனக்குக் கவலையில்ல உங்கள அனுப்ப எனக்கு இஷ்டமில்ல. ப்ளீஸ் பிடிவாதம் பிடிக்காம எங்கூடவே இருங்க.”

“நல்லா யோசிச்சுதான் சொல்றிங்களா சார்.”

“ஆமாம் நித்யா.. இனி சாருன்னு கூப்பிடாதே மைக்கேல்னே கூப்பிடு சரியா.”

“ம்ம்”

“எனக்கு உன்ன பிடிச்சிருக்கு நித்யா பரிதாபத்திலயோ அவசரத்திலயோ இந்த முடிவை எடுக்கல ஏன் எப்படின்னு கேட்டா காரணம் தெரியாது . உன்னை அவ்ளோ பிடிச்சிருக்கு, எங்கூட வாழ்ந்து பாரு நித்யா, என்னையும் உனக்குப் பிடிக்கும்.”

“மைக்கேல்..”

“நெஜமாத் தான் சொல்றேன். இந்த ஊர் உலகத்தைப் பத்தி யோசிக்காதே, தைரியமா முடிவெடு.”

“மைக்கேல் நான் உங்களை கல்யாணம் பண்ணிக்க சம்மதிக்கிறேன் ஆனா..”

“என்ன ஆனா?”

“ஒரே ஒரு கடமை மட்டும் பாக்கியிருக்கு, அதை முடிச்சுட்டு நாளைக்குக் காலைல வந்துடுவேன். எனக்காகக் காத்திருப்பிங்களா?”

“வேணாம் நித்யா ரிஸ்க் எடுக்காதே, அங்க போனா உன்னைக் கட்டி வச்சாவது கல்யாணம் பண்ணிடுவாங்க.”

“இல்ல சார் இனி யாராலயும் என்னைத் தடுக்க முடியாது. நிச்சயமா காலைல வந்துடுவேன்.”

“நித்யா கண்டிப்பா போகனுமா.. இங்கயே இருந்துடேன்.”

நித்யா வீட்டிற்குள் நுழையும் போதே கலியமூர்த்தி முழுபோதையில் கத்திக் கொண்டிருந்தார்.

“சனியனே இந்த நேரத்துல எவங்கூட மேயப் போனே, விடிஞ்சா கல்யாணம் அப்பக் கூட ஒனக்கு இன்னொருத்தன் கேக்குறானா? உங்கம்மையப் போலத் தானே நீயுமிருப்பே. அந்த ஓடுகாலியும் ஒன்னாட்டந்தான் கல்யாணத்துக்கு முந்தின நாளு ஓடிப் போவ, நெனச்சா. ஹாஹாஹாஹாஹா. நாங்க யாரு வெரட்டிப் புடிச்சு தாலிய கட்டி, காலுக்குக் கீழப் போட்டுட்டோமுல்ல. பொட்டச்சிங்கள்ளா. என்னங்கடி ஆட்டம் ஆடுறீங்க. ஆண்ட பரம்பரைன்னா சும்மாவா?

எதோ எந்தலையெழுத்து பங்காளிக போல நாலு காசு பாக்கமுடியல. அதுக்காக எந்தலைய சாச்சுருவேன்னு நெனச்சீகளோ,

இப்பயும் எங்க சாதி ரத்தந்தான் உச்சத்துலயிருக்கு பாத்துக்கோ.

நீயி போற மாரி போவெ, வார மாரி வருவே. நாங்க பாத்துக் கிட்டு கெளட்டுல கைய கொடுப்போமோ?

ஒம் பின்னாடியே வந்து அந்த வாத்தியா தாயோளிய ஒரே போடா போட்டுட்டுத் தாண்டி வந்தோம். துள்ளத் துடிக்க செத்துக்கடக்காண்டி இப்ப. நாலு எழுத்து படிச்சுட்டா நாயும் நரியும் ஒன்னாப் போயிடுமோ..”

நித்யா நடுங்கிக் கொண்டிருந்தாள்.

கலியமூர்த்தி தூணில் சாய்ந்தபடி சிகரெட்டைப் பற்ற வைத்து ஊதிக்கொண்டே, “செத்த மூதியளா அம்மையப் போலவே நடத்த கெட்டுப் போக திரியுதுக, ஒந்தங்கச்சிய பொணமாக்கினப்பவே ஒன்னயும் கழுத்த நெரிச்சு கொன்னுருக்கனும். பாவம் பாத்துவுட்டது தப்பாப்போச்சு. போடி வெக்கங்கெட்ட சிறுக்கிமவ. போயி காலைல கல்யாணத்துல வாயப் பொத்திக்கிட்டு வந்து ஒக்காரு. நாளயோட ஒன்னிய தல முழுகிட்டு நிம்மதியா இருக்கறேன்.”

காலையில் தெரு முழுக்க போலீஸ் குவிந்திருந்தது. கலியமூர்த்தி உடல் நீலம் பாவித்து, வாயில் நுரையுடன் கிடந்தார். கல்யாணத்திற்கு வந்தவர்கள் கருமாதியில் பங்கேற்க, நித்யா தெளிவாகத் தனது வாக்குமூலத்தைக் கொடுத்துக் கொண்டிருந்தாள்.

இன்று,

“யக்கா நானும் வேலைக்கி வந்த நாலு வருஷமா பாத்து கிட்டிருக்கேன். இந்தப் பாட்டி எப்பப் பாரு மைக்கேல் மைக்கேலுன்னு புலம்பிக் கிட்டே இருக்கு யாருக்கா இது.”

“தெரியல செம்பகம் எங்க வீட்டுக்காரரோட வாத்தியாருக்கு வேண்டப்பட்ட பொம்பளயாம். சொந்த தகப்பனையே போட்டுத் தள்ளிட்டு ஜெயிலுக்குப் போயிடுச்சு. ஜெயில்லேந்து வெளில வரும் போதே பித்து புடிச்சித்தான் வந்திருக்கு, எங்கூட்டுக்காரருக்குத் தாயி தகப்பன் இல்லாம அனாதையா நின்னப்போ இந்த வாத்தியாருதான் இவுகள வளர்த்து ஆளாக்கினாரு. அதுக்கு நன்றி கடன் அது இதுன்னு கொண்டாந்து போட்டுட்டாரு. ஹ்ம்ம்ம் நானும் அவரு மூஞ்சிக்காகக் கஞ்சி ஊத்திக்கிட்டு இருக்கேன்.”

“நீங்க நல்லாருக்கனும்க்கா பெத்த தாயப் போல பாக்குதீய எதுனா முன்னேத்தம் இருக்கா.”

“எங்க செம்பகம் எங்க எல்லாத்தயுமே அது நாயப் போலத்தான் பாக்குது. கிட்டப் போனாளே அரண்டு நடுங்குது. ஹ்ம்ம்ம் பாவம் ரொம்ப கஷ்டப்பட்டிருக்கும் போல. பாழாய்ப் போன மனுஷங்க மேல நம்பிக்கையே வரல.”

அன்று,

“மைக்கேல் என் மேல சத்தியமா வந்துடுவேன் நம்புங்க.”

“ம்ம் சரி நித்யா உனக்காகக் காத்திருப்பேன் காலைல வந்திடு.”

“ஓகே மைக்கேல்.”

“நித்யா..”

“சொல்லுங்க மைக்கேல்.”

"ஐ லவ் யூ."

"ம்ம் ஐ லவ் யூ டூ மைக்கேல்."

"உன்ன அணச்சுக்கலாமா?"

"காலைல வரைக்கும் காத்திருக்கலாமே, மைக்கேல்.."

"காலைல என்ன, சாகற வரைக்கும் காத்திருப்பேன். எனக்காகவாவது வந்துடு சரியா."

நித்யா நினைவுகளில் மீளும் போதெல்லாம், மைக்கேல் மலைக்கு அந்தப் பக்கமாகத் தனக்காகக் காத்திருப்பதை ஊர்ஜிதப்படுத்திக் கொள்ள ஜன்னலைப் பார்த்தாள். தோணி ஆமாமென நெளிந்தது.

மீளியினிருள்

“இன்றைக்கு மட்டுமாவது என்னை உறங்க விடு” வியர்வையில் மிதந்து கொண்டிருந்தவன் அரைக் கண்ணைத் திறந்துப் பார்த்தான். அறையின் இருள் அச்சுறுத்தியது, போர்வையை இழுத்துத் தலையை மூடிக்கொண்டான். இரவில் எரியும் நீல விளக்கு நேற்றோடு உயிரை நிறுத்தி விட்டிருந்ததைக் கவனித்திருக்கவில்லை.

இருளென்பது ஒரு காலத்தில் சாமுவேலின் பகல் வெளியாக இருந்தது. மாலை மங்கத் தொடங்கியவுடன் லுங்கியை மடித்துக் கட்டிக் கொண்டு ஊருக்கு ஒதுக்குப் புறமாகத் தற்கொலை செய்து கொண்ட பெண் இன்னமும் உலாவுவதாக, கதை சொல்லப்பட்ட பழைய கட்டடம் ஒன்றின் புதர் மண்டிய கொல்லைப் புறத்தில், நான்கைந்து விடலைகளுடன் புகைவண்டி விடுவதற்கு குழுமி இருந்ததும், மற்றவர்கள் சென்றுவிட்டப் பிறகும் வீட்டிற்குப் போக மனமற்றுப் பாழடைந்த வீட்டின் முன்புறமிருக்கும் உடைந்த படிக்கட்டுகள் வழியாக மாடிக்குச் சென்று உறங்கியும் போய் விட்டிருந்தவன். தனியாளாக நடுயிரவில் மயானத்திற்குச் சென்று பாட்டிக்குத் துணையாக இருக்கிறேனென வீட்டாள்களைக் கதி கலங்கச் செய்திருந்தான். பாட்டியின் மீதான விசுவாசம் அவனைக் கல்லறை வரை நீட்டியிருந்தது.

பள்ளிக்கூடத்தில் தமிழம்மா பிரம்பால் அடித்து இரண்டு நாட்களாகக் கையைத் தூக்க முடியாமல்

வீங்கிக் கிடந்தவனை இழுத்துக் கொண்டு சென்ற பாட்டி எபனைசர் பள்ளிக்கூடத்தையே படுத்தி எடுக்க, அன்றைக்கு பிறகு தமிழம்மா எந்த மாணவனையும் பிரம்பால் கண்டித்த சரித்திரமில்லை.

கிராமம் நகரமாகத் தன்னைப் பூசிக் கொண்ட காலத்தில் பிறந்தவர்களுக்கு இரு புறத்திலும் வாழும் முறையைக் கையாள்வது சவாலான ஒன்று. அதிலும் கூட்டுக் குடும்ப தலைமுறையில் சிறுவனாகுதல் வரம். பாட்டியைப் போன்றொரு பெண்ணைத்தான் திருமணம் செய்வேனெனச் சொல்லிக் கொள்வான்.

நான்கு வயதிலிருந்தே தெருவுக்கு நேர்ந்துவிடப்பட்டவனென அக்கம் பக்கத்தினரால் அழைக்கப்பட்டவன், ஓர் அறைக்குள் நடுங்கிக் கொண்டிருப்பானெனக் கிஞ்சித்தும் பார்க்கவில்லை.

முதலில் மனைவி மகனை விட்டு விலகினான், குடும்ப உறுப்பினர்களின் தொடர்பைத் தவிர்த்தான். நெருங்கிய நண்பர்களை, அலுவலக சகப் பணியாளர்களை, பொதுவாக அறிந்தவர்களை என்று எல்லோரிடமிருந்தும் சிறிது சிறிதாகத் தன்னை விலக்கிக் கொண்டான். வீடு தீவானது, அறை நரகத்தின் சாயலில் அவனை உட்கிரகித்துக் கொண்டது.

எப்போது விடியுமெனக் காத்திருக்கும் மகரந்தங்களைப் போல் அவனும் காத்திருக்கிறான். சாமுவேலைப் பொருத்தவரை உலகின் இருளுக்குத் தன்னைக் கதவில் தொங்கும் கொண்டியாக ஆக்கிவிட்டார்களோ என்று எண்ணினான். தன்னை உலுக்கித் திறந்துவிட்டால் உலகம் இருளிலிருந்து விடிந்து விடுமென நம்பினான். மொத்த இருளுக்கும், விடியலுக்கும் மத்தியில் தாழ்ப்பாளின் கொண்டியெனத் தொங்குவதாக எழுதி வைத்தான்.

பாட்டியின் படம் வரைந்து பாகங்கள் குறித்தான். கண்களுக்கு மீளி என்று பெயரிட்டான்.

பேருந்துக்காகக் காத்திருந்த இரவில் அழுத்தமாக அவனது கையைப் பிடித்தச் சின்னஞ் சிறு கைகளில் உணர்ந்த நடுக்கம் தான் இப்போது வளர்ந்து, உடல் முழுக்க பேயாய் ஆட்டி எடுக்கிறது. அந்த நீல நிறக் கண்களுக்குள் தினமும் செத்து மடிகிறான். பிஞ்சுக் கைகளால் உடலைச் சுட்டிக்

காட்டி உதட்டைப் பிதுக்கிய கண்களில் நீர் வழிந்த போதும் சாதாரணமாகக் கடந்து விட்டான்.

யாரோ, எதுக்கோ, எங்கேயோ, எதுவோ, எனக்கென்ன என்ற தன்மை தன்னை வருத்தி எடுக்குமென யாரும் முன்னதாக அறிந்து கொள்வதில்லை

எங்கிருந்தோ வந்தவன் உரிமையாகத் தூக்கிச் செல்லும் தருணத்திலும் சாமுவேலின் மீது பதிந்த கண்களை அவள் எடுக்கவே இல்லை.

தேவதையின் இறகுகளைப் பிடுங்கும் வேகத்தில் சாத்தான் அவளின் கண்களை மூட மறந்து விட்ட கணம்.

மனிதர்களும் நாய்களும் குதறிய உடலொன்றின் பிண்டத்தைக் கழிவு நீர்த் தொட்டியிலிருந்து கிரேன் வழியாகத் தூக்கினார்கள். மூடாத நீல விழிகள் சாமுவேலை மீண்டும் அழைத்தன. கிரேனின் அருகிலேயே மயங்கிச் சரிந்தான்.

சாமுவேலின் பாட்டிக்கு அதே வயதாகிறது யாரோ இழுத்துச் செல்கிறார்கள். அம்மாவிற்கு அதே வயதாகிறது யாரோ இழுத்துச் செல்கிறார்கள். அக்காவிற்கு, பெரியம்மாவிற்கு, அத்தைக்கு, தமிழம்மாவிற்கு, மகளுக்கு, தோழிகளுக்கு எல்லோருக்குமான நீலக் கண்களும் மிகப் பெரிய ஆழ்துளைக் கிணறாகி அவனை இழுக்கத் தொடங்குகின்றன. இருள் பரவ பரவ அவர்களின் கைகள் அவனை அழுத்தப் பிடித்து இறைஞ்சுகின்றன.

அவளுடைய நீல விழிகளைத் தவிர எல்லாம் போய்விட்டது. மயிர் தரையில் புரள, பற்கள் நீண்டு கோரமாகக் காட்சியளிக்கின்றன. சுருண்டு கிடக்கும் நகங்களில் யாருடைய தசைத் துணுக்குகளையோ உதிர்க்கிறாள். அவை மலையென வளர்கின்றன. அதில் ஏறி அமர்கிறாள். இரவுகளில் உத்தர வலையிலிருந்து தவறி விழுந்த சிலந்தியைப் போல் இறங்கி வருபவள், ராட்சதப் பூச்சியாகித் தன்னுடலின் பாகங்களைச் செதில் செதிலாக வெடிக்கச் செய்கிறாள். உச்சபட்ச ஆக்ரோஷமாகக் கருகிய வாடையுடன் சாமுவேலைத் தின்ன நெருங்கும் போது, மிகச் சரியாக விடிந்து போகிறது.

அவள் தன்னைக் கொல்லத்தான் வேண்டும் ஆனால் ஏன் மறுக்கிறாளெனத் தெரியவில்லை.

நிறைய மாத்திரைகளைத் தின்றான், குடித்தான், துடித்தான். அவளின் கைகள் தன்னை அபயம் வேண்டி அழைத்த நொடிக்கு, அழைத்துச் செல்ல முடியுமா என்று மருத்துவர்களைக் கேட்டான். தேவாலயத்தில் பாவ மன்னிப்பு வேண்டி மண்டியிட்டான். கூண்டிலிருந்த பாதிரியார் காற்றில் சிலுவைக் குறியிட்டார். அன்றிரவு அவள் சாமுவேலிடம் தனது காயங்களைத் திறந்து காண்பித்தாள். பற்குறிகளின் மீது சிலுவைக் குறி வரைந்தான். அவள் சப்தமாகச் சிரித்தாள், சிலுவை காணாமல் போனது.

அன்றைய தினத்திற்கு அழைத்துச் சென்றாள்.

"பாப்பா உன் பெயரென்ன?"

"மீளி மீளி மீளி.."

"மீளி எங்கே போகனும்?"

"மீளி மீளி மீளி.."

மீளியின் இருள் சாமுவேலை முழுவதுமாகத் தின்னத் தொடங்கியது.

●

மீராமா

"மீராமா மீராமா மீராமா.."

நான்காம் முறை அழைக்கப் பெரும்பாலும் தேவையிருக்காது. மீராமா எங்கிருந்தாலும் ஓடி வந்துவிடுவாள். தும்பைப் பூவைப் போல் வெள்ளை நிறத்தில் தூமைப் பிசுபிசுப்பால் இமைகள் ஒட்டிக்கொண்டு கண்களைக் கூடத் திறக்காத மீராமாவைக் கையளித்தபோது வாங்கிக் கொள்ளத் தயங்கிய ஆயிசத்துவின் குரல் மட்டுமே இப்போதைய மீராமாவின் வேதமாக இருக்கிறது. நாய்களையும் பூனைகளையும் தூரத்திலிருந்தே இரசிக்கும் ஆயிசத்துவுக்கு ஆட்டுக்குட்டியும் முயல்களும் வளர்க்க வேண்டும் என்ற ஆசையிருந்தது. ஆனால் அவற்றின் நகங்கள் பற்கள் தன்னைக் காயப்படுத்திவிடுமோவென அஞ்சியே தூரத்திலிருந்தே பார்த்துக் கொள்வாள். மகளின் அச்சத்தைப் போக்கவும் அவளோடு துணையாக விளையாடிக்கொள்ளவும் ஓர் ஆட்டுக்குட்டியைப் பரிசளிக்க அவளது தாயார் சதக்கு மரியம் நினைத்திருந்தாள். சூலியாக ஆடுகள் இருக்கும் அக்கம் பக்கத்து வீடுகளில், "வெள்ள நெறப் பொட்ட ஆடு பொறந்துச்சுன்னா எம் பிள்ளைக்குத் தாங்களேன் லாத்தா. அல்லாஹ் ஒங்களுக்கு நல்ல சுஹத்த தருவான்" எனச் சொல்லி வைத்திருந்தாள்.

பல ஆடுகள் இதற்கிடையில் குட்டிகள் போட்ட வண்ணம் இருந்தன.

“சீ யாண்டி இப்படி பண்ணுதுவோ? எங்கன பாத்தாலும் உண்டாவறதும் குட்டிப் போடறதுவோமான்னு கடக்குதுவோ. ஆனா ஒரு வெள்ளக் குட்டியத்தான் காணோம்” சதக்கு மரியம் சலித்துக் கொண்டாள்.

“இந்த ஏழ மிஸ்கினுக்கு அல்லாவும் ஆடுகளும் சட்டுனு எறக்கப்பட மாட்டாங்கோ போலிருக்கு” தனது கணவரிடம் முறையிட்டாள்.

“அடியா பாத்தும்மா பெத்த மரியம் நாச்சியாரே சும்மா கெடக்குதியா இல்லையா? ஊரே தூங்கி சுபுஹுக்கு முழிக்க போவுது. என்ன பலாய்க்குப் பொலம்பிக்கிட்டே கெடக்குறே, அல்லாஹ் நாடினா ஆட்டிக்குட்டியும் கெடைக்கும் ஆணக்குட்டியும் கெடைக்கும். சும்மா தூங்குறியா இப்ப.”

சற்றுக் கோபமாக அதட்டி விட்டு முதுகைக் காட்டி படுத்துக் கொண்டார். அவருடைய முதுகில் ஏரல் சந்தையில் வாங்கிய புதுப் பாயின் குச்சிகளின் தடங்கள் பதிந்திருந்தன. சதக்கு மரியம் பனையோலை விசிறியால் கணவருக்கு விசிறி விட்டாள். ஆழ்ந்த தூக்கத்தைக் கண்டிராத நான்கு விழிகள் தற்காலிகமாக அசரத் தொடங்கின.

பத்துக்குப் பத்து அளவில் சிமெண்டு தளமும் சுற்றிலுமுள்ள மண்சாந்துச் சுவர்களில் நீலம் கலந்த சுண்ணாம்பு பூசப்பட்டு மேற்கூரையில் கொழும்பு ஓடுகள் வேயப்பட்டிருந்தன. செதில் செதிலாக இருக்கும் சிலாம்பு கதவில் நீண்ட கம்பியைக் கொண்டியாக அடித்து வைத்திருந்தார்கள். மின்சாரமற்ற வீடுகள் அப்போது சர்வ சாதாரணமானவை. காலையில் வீடென்றும் ராவுகளில் அறையாகவும் மாறிக் கொள்ளும் இடத்திற்குப் பின்புறமாகச் சிறிய கொல்லை ஒன்று இருந்தது. இரண்டு தென்னை மரங்களுக்கு நடுவே ஒரு முருங்கை மரம், சுற்றிலும் சிறிய செடிகளாகத் தக்காளி, துளசி, கண்டங்கத்திரி, தூதுவளை, பட்ரோசா, மருதாணி என நட்டு வைத்திருந்தார்கள். கால்நடைகளிடமிருந்து காக்கும் விதமாக ஒடை முள்ளால் வேலியமைத்திருந்தார்கள். சதக்கு மரியத்திற்கு மரங்கள் செடி கொடிகளோடு பேசும் பழக்கம் இருந்தது போலவே அவைகளும் தனக்குப் பதில் சொல்வதாக நம்பினாள். விடியலுக்கு முன்னமே எழுந்து தஹஜ்ஜத்து தொழுதுவிட்டு அரிக்கேன் விளக்கை நிமிண்டிக் கொல்லையில் உள்ள அடிபம்பில் தண்ணீர் பிடித்து

வைக்கச் செல்வாள். சுபுஹூத் தொழுவதற்கு எழும் கணவர் உமரின் இயற்கைத் தேவைகளுக்கான நீரை மண் பானை அலுமினிய வாளி, பிளாஸ்டிக் குடங்களென அனைத்திலும் நிரப்பி வைப்பாள். சுபுஹூக்கு பாங்கு சொன்னவுடன் உமர் எழுந்து தயாராகிவிடுவார்.

அவரை அனுப்பிவிட்டு வீட்டின் மூலையில் உள்ள அடுப்பங்கரையில் விறகடுப்பை மூட்டி நெளிந்த அலுமினிய பானையில் அரை லிட்டருக்குத் தண்ணீரை ஊற்றி அடுப்பில் வைப்பாள். இரும்பு ஊதுகுழலால் அடுப்பைப் பக்குவமாக எரியச் செய்து தண்ணீர் கொதிக்கத் தொடங்கியவுடன் இரும்பு உரல் உலக்கையை எடுத்து தனது முந்தானையால் பேருக்குத் துடைத்து விட்டுக் கழுவிய, சிறிது துண்டு இஞ்சியை நசுக்கி இரண்டு ஏலக்காயையும் சேர்த்துத் தண்ணீரில் போடுவாள். பிறகு உத்தரத்திலுள்ள கிடை மரத்தில் சணல் கயிற்றில் தொங்கிக் கொண்டிருக்கும் பானைக்குள் கையைத் துழாவி, கருப்பட்டித் துண்டை எடுத்து மரப்பலகையின் மீது வைத்து உலக்கையால் நசுக்கி அதையும் சேர்த்துக் கொதிக்கவிடுவாள். கிட்டத் தட்ட தேநீரை வடிகட்டும் போது உமர் வந்துவிடும் கணக்கீடு மரியத்தின் மாயைக் கணக்கு. இருவரும் தேநீரைக் குடித்து விட்டு அன்றைய பொழுதைத் தொடங்குவார்கள்.

மரியம் மீண்டும் கொல்லையில் தண்ணீர் பிடித்து மரம் செடிகளுக்கு ஊற்றத் தொடங்குவாள். உமர் தனது சாயம் போன கைலி சட்டையை உதறி அணிந்து கொண்டு பள்ளி வாசலுக்கு நடக்கத் தொடங்குவார். அன்றைய தேதியில் விரல் விட்டு எண்ணக் கூடிய தேர்ந்த லெப்பைமார்களில் உமர் மிகவும் முக்கியமானவர். அவரிடம் இருபது இருபத்தைந்து இளம்பிராயத்துப் பையன்கள் குர்ஆன் ஓதக் கற்றுக் கொள்கிறார்கள். நீளமான பிரம்புடன் பள்ளிவாசல் வராண்டாவில் அமர்ந்து கொள்வார். முதலில் வரும் பையனுக்கே முதலில் கற்றுத் தருவார். ஒவ்வொருவராக இரயில் பெட்டி போல் வரிசையாக அமர்ந்து கொண்டு பழைய பாடத்தை வாய்க்குள் முணுமுணுத்துச் சொல்லிப் பார்ப்பார்கள்.

ஒவ்வொரு காலையிலும் பழைய பாடத்தை உமர் லெப்பையிடம் ஓதிக் காட்ட வேண்டும். எந்தத் தப்புமின்றி ஓதுபவர்கள் அடுத்த பாடத்திற்குப் போவார்கள். சரியாக ஓதாதவர்கள் பத்து நாட்களானாலும் அதிலேயே தான் கிடக்க வேண்டும்.

மேலும் உமர் லெப்பை தனக்கருகே குட்டை என்றழைக்கப்படும் மிகச்சிறு தண்டனைச் சாதனம் ஒன்றை வைத்திருப்பார். செங்கல் போன்றிருக்கும் மரக்கட்டையில் இரும்புச் சங்கிலியின் இருமுனையிலும் வளையத்தைப் பொருத்தி ஒரு முனையை மரத்துண்டில் வளைத்து ஆணி அடித்திருப்பார்கள். மற்றொரு முனை தண்டனைக்குரியது. சரியாகப் பள்ளிக்கு வராத சிறுவர்கள், காலதாமதமாக வருபவர்கள், ஒழுங்கற்று நடக்கும் சிறுவர்களின் காலில் அந்தச் சங்கிலியைச் சுற்றி ஒரு பூட்டினைக் கொண்டு விலங்கிட்டு விடுவார். அவன் அழுது ஊரையே கூட்டி ஓய்ந்து சோர்ந்து “லெப்ப உட்டுடுங்கங்கோ இனிமே செய்யவே மாட்டேன். உம்மா வாப்பா.. உம்மா வாப்பா.. லெப்பய உடச் சொல்லுங்களேன்.. லெப்ப நல்லாயிருப்பியோ உடுங்கங்கோ.. அல்லா மேல பயந்து சொல்லுறேன்.. இனிமே நெசம்மா சீக்கிரமாவே வந்துடுவேங்கோ.. கழட்டி உடுங்கோ காலு வலிக்குது.”

அழுது புரண்ட பிறகு திறந்து விடுவார். இது ஊர் வழக்கம் எந்தப் பெற்றோரும் ஏன் எதற்கென்று கேட்க மாட்டார்கள். மாறாக, “ஏன் லெப்ப கழட்டி உட்டியோ இன்னும் கொஞ்ச நேரம் குட்டையில போட்டிருங்கோ ஊட்டுல இவன் பெரளி பண்ணி எடுக்கான் அதக் கொண்டா இதக் கொண்டான்னு ஹயாத்த வாங்குறான்.”

பெரும்பாலும் இளம் தலைமுறையினர் பணபட்ட தளம் உமர் லெப்பையின் பிரம்பும் குட்டையுமாகத் தான் இருந்தது.

உமர் மட்டுமின்றி சதக்கு மரியமும் லெப்பையாகத் தான் இருந்தாள். அவள் பெண் பிள்ளைகளுக்கான லெப்பை. அவளிடம் குர்ஆன் ஓதக் கற்றுக்கொள்ள அந்த ஓட்டு வீட்டிற்கே அக்கம் பக்கத்து பெண் பிள்ளைகள் அதிகமாக வந்துச் சென்றனர். கணுக்கால் வரை ததும்பும் பாவாடையும் முழுக்கை லவுக்கையும் அணிந்து மக்கன்னாவைப் போர்த்தி ஒவ்வொரு பிள்ளைகளாக வரத் தொடங்குவார்கள். அவர்களின் கரங்களில் மரப்பலகையில் வெள்ளை மாலாக்கட்டியை ஈரப்படுத்தித் தேய்த்து எழுதுவதற்குத் தோதாக மாற்றி அதைக் காய வைத்து மரப்பிசினோடு கருப்பு மைத்துகள்களைக் கலந்து மூங்கில் கலம் கொண்டு எழுதப்பட்ட அலிஃப், பே, த்தே, த்ஸே, என குர்ஆனைத் தெளிவாக ஓதக் கற்றுக்கொள்ளும் பிள்ளைகளைச் சதக்கு மரியம் சற்று கடுமையாகவே கையாள்வாள்.

உமரும் மரியமும் தமது ஆசிரியப் பணிகளில் தீவிரமாகவே இருந்ததால் அக்கம் பக்கத்து பெற்றோர்கள் இவர்களிடம் பயின்றால் மட்டுமே தங்கள் பிள்ளைகள் சிறப்பாக வருவார்களென நம்பினார்கள்.

சதக்கு மரியம் அடுக்களையில் பெரும்பாலும் கறிமீன் சமைத்ததே இல்லை. அவர்களின் வறுமைக்குப் பால் தேயிலையும் இறைச்சியும் நெய்சோறும் அரிசிமாவு அடையும் எட்டாத கனவாகவே இருந்தது. குலைய வேகவைத்த கஞ்சியும், அம்மியில் காய்ந்த மிளகாய், உப்பை அரைத்து அதனோடு கடலையையும் தேங்காய்த் துண்டுகளையும், ஒரு வில்லை புளியையும் இணைத்து மையாக அரைத்து எடுப்பாள். வயிறு நிரம்ப போதுமான ரிஜ்க்கை (உணவு) அளித்ததற்காக இறைவனுக்கு நன்றி செலுத்தவும் தவறியதில்லை.

அகத்திக்கீரை, முருங்கைக்கீரை சுற்றிலும் இலவசமாகக் கிடைக்கும். பெண் பிள்ளைகளை ஓத வைக்க பெற்றோர்கள் காசு தர மாட்டார்கள், இவர்களும் கேட்க மாட்டார்கள். ஆனால் முதன் முதலாக மகளை ஓத அனுப்பும் பெற்றோர் லெப்பைமார்களுக்கு வட்டா எனப்படும் மரியாதையைச் செலுத்துவார்கள். தட்டுகளில் வெற்றிலை, பாக்கு, கற்கண்டு, சந்தனம், ஒரு புடவை, கொஞ்சம் இனிப்புகள், பழங்களென வைத்து கொடுப்பார்கள். சிலர் சிறிய தொகையை பேப்பர் கவரில் வைத்தும் கொடுப்பார்கள். இது தொடங்கும் நாளிலும் ஓதி முடித்துச் செல்லும் நாளிலும் நடக்கும்.

ஆயிசத்து பிறந்தவுடன் சதக்கு மரியம் பால்காரரைத் தினமும் கால் லிட்டர் பால் ஊற்ற கேட்டுக் கொண்டாள். சிவந்த மலர் போன்ற ஆயிசத்துவுக்குக் கடுங்காப்பி தர மரியம் விரும்பவில்லை. பாலில் சமபங்கு தண்ணீர் கலந்து காலையும் மாலையும் சுட வைத்து ஆற்றிச் சீனிப் போட்டு கொடுத்துப் பழக்கினாள். வறுத்த வேர்க்கடலையைச் சொளவில் வைத்து உள்ளங்கையால் சூடு பறக்க தேய்த்து உதட்டைக் குவித்து ஊதுவாள். தொலிகள் பறந்து வேர்க்கடலைகள் நிர்வாணமாகக் குவிந்து கிடக்கும். அவற்றை உரலில் இட்டு கொஞ்சம் கொஞ்சமாக மையாக இடித்து இறுதியில் வெல்லக் கட்டியையும் சேர்த்து இடித்துப் பிசைந்து உருண்டையாக்கி ஆயிசத்துவுக்கு தின்னத் தருவாள். நல்லெண்ணெய் ஊற்றிய அரிசிமாவு, கேப்பங்களி, தேங்காய்ப்பூ சீனி கலந்து ஊட்டம்

சேர்க்கவெனக் கவனமாகக் கொடுப்பாள். ஆயிசத்து வளர வளர சுற்றத்தினரின் அன்பையும் பொறாமையையும் பரிசாகக் கிடைக்கப் பெற்றாள்.

சாலையில் எப்போதேனும் விற்று வரும் பாவாடை லவுக்கைகளை வாங்க பெண்கள் முடுக்குகளில் காத்திருப்பார்கள். பல வண்ண பாவாடைகள் பல வண்ண லவுக்கைகள் தொடர்பற்ற அவற்றில் ஓரளவு ஒத்துப் போகும் வண்ணத்தைத் தேடிப் பிடித்து ஓரணாவில் தொடங்கி பத்தணா வரை வாங்கிக் கொள்வார்கள். ஆடைகளின் மீது பற்றற்ற சதக்கு மரியமும், ஆயிசத்துவுக்குப் போட்டு அழகு பார்க்க அவர்களோடு சேர்ந்துகொண்டாள்.

மேயத் தொடங்கிய மீராமாவை அடித்தொண்டையைச் சற்று அழுத்திக் கொண்டு, “ம்மே ம்மே ம்மே” என அழைக்கும் போது அப்பகுதியில் உள்ள அத்தனை ஆடுகளும் காடிப் பானையில் பழையனவையை எதிர்பார்த்து ஓடிவரத் தொடங்கின. சற்று மெதுவாக வரும் மீராமாவுக்கு ஏமாற்றமே மிஞ்சிக் கொள்ளும். இதைக் கவனித்த மரியம், ஆட்டுக் குட்டிக்குப் பெயரிட முடிவு செய்து மீராமா என்று பெயரிட்டாள். அந்தச் சப்தத்திற்கு மீராமாவும் பழகிக் கொண்டது. தைக்காவிற்குச் செல்லத் தொடங்கிய ஆயிசத்துவின் பின்னாலேயே காவலுக்குச் செல்லும் மீராமாவின் நடத்தைகள் அறிவுள்ள பணியாளனைப் போல் அத்தனை நேர்த்தியானதாக இருக்கும். என்றாவது மீராமா மனிதர்களைப் போல் பேசிவிடுமோயென அப்பெண்கள் தங்களுக்குள் பசாது பேசிக் கொண்டார்கள்.

மீராமாவின் நீண்டு வளர்ந்த கொம்புகளின் மீது சதக்கு மரியம் கவனத்தைச் செலுத்தினாள். தேங்காய் எண்ணெயை உள்ளங்கையில் சூடு பறக்கத் தேய்த்து கொம்புகளில் தடவி அடுக்களையில் ஆறிப்போன சாம்பலை அதன் மீது கொட்டிக் கழுவி விடுவதால் பளபளப்பாகவும் ஆரோக்கியமாகவும் இருக்குமென நம்பினாள்.

ஊரில் அவ்வப்போது நடக்கும் விசேஷங்களில் மீராமாவும் ஆயிசத்தும் சோடியாக வலம் வரத் தொடங்கினார்கள். குறிப்பாகக் கந்தூரியில் பகுதி மக்கள் குழுமியிருக்கும் நெரிசலில் கூட மீராமாவை அழைத்து வந்திருந்தாள். கந்தூரிக்கெனச் சாலையின் இரு மருங்கிலும் புதிதாக முளைத்திருக்கும் கடைகளில் முந்திரி தூவப்பட்ட வண்ண

அல்வா, வாடா, கறிக்கஞ்சி, பகடு எனப்படும் ஊறுகாய், வண்ணங்கள் ஊற்றப்படும் காலா ஐஸ், முறுக்குகள், பூந்தி, சவ்வு மிட்டாய், பலூன்கள், ஊதிகள், கிலுக்குகள், சர்பத்துகள் என அல்லோலப்படும். பெண்டுகளுக்குக் கந்தூரி ஓர் அற்புத தருணம். தோழிகளோடு அளவளாவி பிடித்தவற்றையெல்லாம் ருசித்துச் சாப்பிட்டு விளையாடி கண்ணாடி வளையல், சங்கு மாலைகளை, கவரிங் தோடுகளை, கலர் ரிப்பன்களை பேரம் பேசி வாங்கிக் கொள்வார்கள். ஆயிசத்து வேடிக்கைப் பார்த்துக் கொண்டே மீராமாவுக்குக் கிழங்கு வாங்கிக் கொடுத்துத் தின்னச் சொல்லுகையில், "இவ பேசுறது இந்த ஆட்டுக்கு எப்புடித்தான் புரியுதோ அல்லாஹ்வுக்கே வெளிச்சம்" காதுபட பேசியபடி கடந்து செல்வார்கள்.

பெரும்பாலும் மீராமாவின் வளர்ச்சி பொறாமையைத் தான் அதிகரித்ததே தவிர காருண்ய பகிர்வெல்லாம் எப்போதும் போல வெறும் பேச்சாகவே இருந்தது. சதக்கு மரியத்தின் வறுமையும் ஆயிசத்துவின் வளமையும் ஒட்டாத ஒன்றாகத் தான் காட்சியளித்தது. மரியம் சோற்றுக்குப் புளியாணம் வாங்கி வர ஆயிசத்துவைப் பக்கத்து வீடுகளுக்குத் தூக்குப் போணியைக் கொடுத்தனுப்பும் போதெல்லாம் மீராமாவை ஏக்கமாகப் பார்த்துக் கொண்டே, "அடியா ஆயிசத்து நாச்சியா ஒங்கும்மா இந்த குர்பானிக்கு மீராமாவை அறுக்கப் போறாளோ.. நல்ல கணத்துப் போயிட்டா போலவே, உம்மாக்கிட்ட சொல்லிக் கொடலையும் காலையும் பெருமாவுக்குத் தரச்சொல்லு.. சரியாப் புள்ள."

கிட்டத்தட்ட அழுதடிச்சு ஓடிவரும் ஆயிசத்துவைச் சமாதானம் செய்ய பெரும்பாடாகிவிடும்.

"எண்ட கண்ணும்மவளே அழுவாதே.. உம்மா ஒரு நாளும் அதச் செய்யமாட்டேன் வாப்பாவும் கைய வக்கமாட்டோ. அல்லா பேரால சொல்லுறேங்கேளும்மா இப்புடி அழுவித் தவங்குனா மூச்சு புடிச்சுக்குரும் பாரு."

"அப்ப நாம குருபானிக்குக் கோழிய அறுத்துக்குடுவோமா இல்லாங்காட்டி செவப்பு சாவலை அறுத்துடுவோம் உம்மா."

உடனே கேள்விகள் பிறக்கும். ஆயிசத்துவுக்கு மீராமாவை மட்டும் உலக அறுப்புகளிலிருந்து காப்பாற்றினால் போதுமென இருந்தது. இரண்டு ரக்அத்துக்கள் கூடுதலாகத் தொழுது

துஆ செய்து மீராமாவைப் பிற கண்களிலிருந்து காப்பாற்ற வேண்டினாள். சதக்கு மரியமும் உமரும் இதற்காக அச்சப்பட தொடங்கினார்கள். ஏனெனில் தமது வாழ்நாளில் ஒருமுறை கூட குர்பானி கொடுத்து அறியாத வறுமையின் பிடியில் இருந்தவர்களுக்கு மீராமா மெய்யாகச் சோதனையான சவாலாகவே இருந்தாள்.

ஒவ்வொரு வருடமும் துல்ஹஜ் மாதத்தில் ஹஜ்ஜு பெருநாளின் காலையில் குர்பானி கொடுக்கும் மக்கள் உற்சாகமாகக் காணப்படுவார்கள். பெருநாள் தொழுகை முடிந்தவுடனே ஆடுகளை அறுத்து மூன்றாகப் பங்கிட்டு, ஒரு பங்கு குடும்பத்தினருக்கும் மீதமுள்ள இரண்டு பங்கு வறுமைக்குட்பட்ட குடும்பம் மற்றும் ஊர்க்காரர்களுக்கெனக் கொடுத்துவிடுவார்கள். அந்தப் பகுதியின் அனைத்து மக்களின் குர்பானி வரிசையில் சதக்கு மரியத்தின் பெயர் இருக்காமலிருக்காது. மரியத்திற்கு அதிகமான கறிப்பைகள் வந்தபடி இருக்கும். தன்னிலையை நினைத்து வருந்தினாலும் இந்த ரிஜ்க்கை வழங்கியமைக்காக அல்லாஹ்வுக்கு நன்றி செலுத்தியபடி அன்றைய தினத்தில் உற்சாகமாக இருப்பாள்.

மாலை வரை வரும் இறைச்சிகளை ஒன்றிணைத்துச் சுத்தமாகக் கழுவி இரத்தத் துணுக்குகளை நீக்கி இஞ்சி பூண்டு விழுதைக் கலந்து உப்பும் மஞ்சள்தூளும் சிறிது தயிரும் கலந்து மிளகுத்தூள், மிளகாய்த் தூளையும் தூவி நன்றாகப் பிரட்டியெடுப்பாள். பிறகு தூய்மையான பனியன் துணியில் அவற்றைக் குவித்து மூட்டைப் போன்று கட்டி பரணில் கிடக்கும் கொழுக்குக் கம்பியில் தொங்கவிட்டு வாய் அகன்ற அலுமினியச் சட்டியை அடியில் வைத்துவிடுவாள். ஒருநாள் முழுக்க அதிலிருந்து கொழுப்பு சொட்டுச் சொட்டாக வடிந்துகொண்டே இருக்கும். அடுத்த நாள் மூட்டையை இறக்கிப் பிரித்து ஓலைப் பாயில் உலர்த்திச் சற்றுக் காய விட்டு சணல் கயிற்றில் கோணி ஊசியைக் கோத்து ஒவ்வொரு கறித் துண்டாகக் கோத்து வீடு முழுக்க கொடி போலக் கட்டி விடுவாள். கிட்டத்தட்ட ஒரு வாரத்தில் கறித்துண்டுகள் இறுகி ருசியான உப்புக் கண்டமாக ஆகிவிடும். பீங்கான் பரணியில் அடைத்து அடுத்த ஹஜ்ஜு பெருநாள் வரைக்கும் கூட உபயோகிக்கலாம். அத்தனைப் பக்குவமாகச் செய்து வைப்பாள்.

இந்த வீட்டிலிருக்கும் ஒவ்வொரு பொட்டலத்திற்குள்ளும் ஒவ்வொரு புதையலிருப்பதைப் போல் பக்குவமாகத்தான் பாதுகாத்து வைத்திருப்பாள். துணிமணிகள், மசாலாப் பொருட்கள், துண்டுக் காகிதங்கள், பள்ளிக்குத் தேவையான புஸ்தகங்கள், தசுமணி உட்பட ஏதாவது ஒரு துணியில் போர்த்தித்தான் வைப்பாள். ஒவ்வொரு மாதத்தின் மாதவிடாய்க் காலங்களில் கொல்லையில் காய்ந்திருக்கும் வடமூலையில் ஒரு குழியைத் தோண்டி நெகிழிப்பையொன்றைச் சிரத்தையுடன் எடுப்பாள். அதில் மூன்றடுக்கு நெகிழிப்பை இருக்கும். அதற்குள் சென்ற மாதத்தின் தூமைத் துணியை சன்லைட் சோப்புப் போட்டுத் துவைத்து கொமஞ்சான் புகைப்போட்டு நேர்த்தியாக மடித்து வைக்கப்பட்டிருந்ததை எடுத்து உபயோகிக்கத் தொடங்குவாள். பஞ்சு விற்கும் விலைக்கு மாதா மாதம் வாங்க சிரமமெனத் தெரியும். அதற்கான ஏற்பாடு தான் இது.

இறைவன் தனக்கு விருப்பமானவர்களையும் மரணத்திற்குப் பிறகான மறுமை நாளின் வெற்றிக்காகத் தேர்ந்தெடுத்த மனிதர்களையும் இவ்வுலக வாழ்வின் போது பல்வேறு வகையாகச் சோதிக்கிறாரென.. ஒவ்வொரு சோதனையின் போதும் மரியம் தனக்குள் சொல்லிக் கொள்வாள். அவ்வாறான சமாதானத்தை மீறிய துக்கமாக உமரின் மரணம் அவளை வந்தடைந்த போது முற்றிலுமாக உடைந்துவிட்டாள். மதிய உணவுக்கு வெகுநேரமாகியும் உமர் வரவில்லையெனும் போதே மனம் கலவரப்பட்டு, தெரு முடுக்குக்கும் வாசலுக்குமாக இருந்தவள் நான்கைந்து நபர்கள் சேர்ந்து தன்னை நோக்கி வரும் போது மேலும் பதற்றமாகி முகத்தை முந்தானையால் மூடிக்கொண்டே, “அபூபக்கர் காக்கா மச்சானக் காணோமே பள்ளிவாசல்ல எதும் நிகழ்ச்சியா ஏன் இவ்ளோ நேரமாயும் வரக்காணோம் பசி தாங்க மாட்டாங்களே” என்றபடி கலங்கினாள்.

எதிர்வீட்டு ரஹ்மத் மச்சியும் சுலைஹா சாச்சியும் மெதுவாக மரியத்தின் அருகில் வந்து அவளை அணைத்தபடி வீட்டிற்கு அழைத்துச் செல்லும்போதே மரியம் பாதி புரிந்துகொண்டாள்.

“மரியம் கண்ணு சபூர் செஞ்சுக்கோ. அல்லாஹ்.. உமர் மச்சானை அவங்கிட்டயே கூப்டுக்கிட்டான்.”

எந்தப் பெண்ணும் கேட்க விரும்பாத சொற்களை மரியம் செவியுற்றாள். வாழ்வின் மோசமான துயரத்தை எதிர்கொள்ள உந்தப்படுகின்றாள். அடுத்து அங்கே நடக்கப் போகும் அனைத்தும் அவளுக்கு நன்றாகத் தெரியும். இறைவன் நேசிப்பவர்களைச் சோதிப்பான் என்று சொல்லி வைத்தாற்போல் அனைவரும் சொல்லிச் சென்றாலும், அன்று மட்டும்.. ஏன் என்னை மட்டும் அவ்வளவு நேசித்தான் என்று கேட்கத் தோன்றியது. அன்றைய இரவு மணல் சூழப்பட்ட உமருக்கு மூச்சிரைப்பதாகப் பயந்து கொண்டாள். நிஜமாகவே உமர் இறந்துவிட்டாரா.. சரியாகச் சோதித்தார்களா!? என்று ஏராளமான கேள்விகளுக்கு மத்தியில் ஆயிசத்துவை அணைத்தபடி வாழ்வின் மிச்ச நாட்களை எதிர்கொள்ளத் தொடங்கினாள்.

மீராமாவின் சப்தம் அன்று முற்றிலும் வேறாக இருந்தது. சதக்கு மரியம் அடுக்களையில் கீரை உருவிக் கொண்டு இருந்தாள். ஆயிசத்து, கொல்லையில் ஓதும் பலகைக்கு மாலாக்கட்டியை இழைத்துப் பூசிக்கொண்டிருந்தாள். இருவரும் அப்படியே திகைத்துத் தடதடவென வாசலுக்கு ஓடினார்கள். சப்தம் இடப்புற முடுக்கிலிருந்து வந்தது.

“மீராமா யாம்மா கத்துறா எங்கன இருக்குறா என்னட மீராம்மா என்னட மீராம்மா.”

கத்திக்கொண்டே ஓடினார்கள். மீராமாவின் “ம்ம்ம்ம்மேஏஏ” “ம்ம்ம்ம்ம்ம்ம்மேஏஏ” ஒரு முஸீபத்தான அடையாளமாகத் தெரிந்தது.

“யா அல்லாஹ் முஸீபத்தை நீக்கி வைய்யி, மீராமாவ காப்பாத்து.”

சதக்கு மரியத்தின் வாய் இஷ்டத்திற்கு முணுமுணுத்தது. அக்கம் பக்கத்து பெண்களும் இணைந்து கொண்டனர். சப்தம் வந்த திசையில் மீராமா, வாய் முழுவதும் ரத்தம் வழிய நின்று கொண்டிருந்தது. அதனைக் கண்ட மாட்டிலும், மரியம் தலையில் அடித்துக் கொண்டு அழத் தொடங்கினாள். ஆயிசத்துவுக்கு ஒன்றும் புரியவில்லை திக்பிரம்மை பிடித்தது போல உறைந்து நின்றாள்.

“அட ஆண்டவனே இது என்ன பலாய்? வாயில்லாப் புள்ளைய யாரு இப்படி செஞ்சு போட்டிருக்காவளோ!”

“உம்மாடி என்ன கொடுமை இது.”

“ரஹ்மானே இந்த வதுவாப்பர யாரு செஞ்சான்னு தெரியலயே.”

ஒவ்வொருவரும் வருத்தப்பட மீராமா மயங்கிச் சரிந்தது.

மீராமாவின் நாக்கு அறுக்கப்பட்டு ரத்தம் வழிய, மயங்கிச் சரியாக ஒன்பது நாட்களாகிவிட்டன. ஓரளவு புண் ஆறிவிட்டதாகக் குலசேகரப்பட்டினத்திலிருந்து வந்து சென்ற நாட்டுவைத்தியர் சொல்லிச் சென்றார். கைப்பிள்ளைக்குப் பால் கொடுக்கும் தாயைப் போல் மரியம் மீராமாவை நெஞ்சோடு அணைத்து நல்லெண்ணெய் ஊற்றிப் புண்ணை ஆற்றப் பழக்கிக் கொண்டாள். சில கஷாயங்களும் குளிகைகளும் நன்றாக வேலை செய்தன. மீராமாவுக்கு இனி நாக்கினால் இலை தழைகளைச் சுழற்றி மென்று தின்ன வழியில்லை. நீராகாரமும் குலைந்த உணவுகளையும் கொடுக்கச் சொல்லி வைத்தியர் பரிந்துரைத்தார்.

மரியத்திற்கு மீராமாவின் நாக்கு அறுபடக் காரணமாக இருந்த நபரைக் கண்டுபிடிக்க சில மணித்துளிகளே போதுமானதாக இருந்தது. மரியத்தின் வீட்டிலிருந்து நான்கு வீடுகள் தள்ளி உள்வாங்கியிருந்த பஷரியா லாத்தாவின் மீதுதான் சந்தேகம் இருந்தது. அதற்கு காரணமும் இல்லாமலில்லை. மீராமாவிற்கு பஷரியா லாத்தா வீட்டு கீரைகளின் மீது எப்படியோ ஈடுபாடு வலுத்துவிட்டது. தினமும் ஒரு வேளையாவது பஷரியா லாத்தா வீட்டு முடுக்குக்குப் போய் அங்கே உதிர்ந்து கிடக்கும் முருங்கை இலைகளை, அகத்தி இலைகளை மேய்வது வழக்கம். மேலும், பஷரியாவின் கொல்லை வாசலில் வைக்கப்பட்டிருக்கும் காடிப் பானையில் கழனித் தண்ணீரை, கஞ்சியைக் குடிக்கவும் பேயாய்த் திரியும். மரியம் சிலமுறை கண்டித்தும் கயிறு கட்டிப் போட்டும் அடங்காமல் ஒருமுறையாவது அங்கன போய்விடுவது வழக்கம்.

பஷரியா வெளியே சக்கரையாகச் சிரித்தாலும் உள்ளுக்குள்ளே நஞ்சாகத் தான் இருந்தாள். அது அங்குள்ள பலருக்கும் தெரியும். ஒருவரைக் குறித்து மற்றவரிடம் ஆவுதாளி சொல்வதும் தப்பான பட்டங்களைச் சூடுவதும் வாடிக்கையான ஒன்று. முன்பே ஒருமுறை மீராமாவின் கொம்பு தனது காடிப் பானையை உடைத்துவிட்டதாக ஊர் முழுக்கச் சொல்லித் திரிந்தாள். பித்தளைக் காடிப் பானையில் கொதிக்கும் கஞ்சியை வேண்டுமென்றே ஊற்றி வைத்தாள். அப்போதே நாக்கு வெந்து மீராமா துடிதுடித்துப் போனது.

அதற்கான பதிலாக, "நாயென்ன தெரிஞ்சா செஞ்சேன் மீராமா கஞ்சி சுடுது ஆறுனதும் குடின்னு சொல்லத்தான் செஞ்சேன்" என்று அரற்றினாள்.

மரியம் மீராமாவுக்கு நாக்கு அறுபட்டு இரத்தம் வழியத் துடிக்கும் போது மனதில் இந்த நினைவுதான் வந்து சென்றது. நீண்ட துணியை ஈரத்தில் நனைத்து ரத்தப் போக்கினை நிறுத்தி அரசு ஆஸ்பத்திரியில் ஊதா மை மருந்தைத் தடவி ஓரளவு முதலுதவி செய்துவிட்டு நேராக பஷரியா வீட்டிற்குத்தான் சென்றாள். அங்கே தகரக் கதவு பெயர்ந்து கிடந்தது. பழைய எண்ணெய் டின்களைக் கொண்டு உருவாக்கிய கதவின் நடுப்பகுதி பிளந்து அதில் மீராமாவின் இரத்தம் காய்ந்து கிடந்தது.

மரியத்திற்கு என்ன நடந்தது எனத் தெளிவாக யூகிக்க முடிந்தது. வேண்டுமென்றே இந்த ஓட்டைக் கதவிற்கு உட்புறமாக காடிப் பானையைக் கீரையுடன் வைத்திருக்கிறாள். மீராமா பிளந்த கதவினூடாகத் தலையை உள்ளே நுழைத்துக் கீரையைத் தின்னும்போது பக்கவாட்டிலிருந்து கத்தியால் நாக்கை துண்டித்திருக்கிறாள். நினைத்துப் பார்க்கும்போதே குலை நடுங்கியது. எவ்வளவு பெரிய கொடுமை இது.

"பஷரியா லாத்தா நீங்க இப்படி செய்வியோன்னு நெனச்சும் பாக்கவே இல்ல.. அல்லாஹ்வுக்கே பொறுக்காது பாத்துக்கொங்கோ, வாயில்லாச் சீவனுக்கு அநாபு கொடுக்க நீங்க யாரு? நீங்களுந்தானே புள்ளைகள பெத்து போட்டிருக்கிறியோ அல்லாவோட தண்டனைக்குக் கொஞ்சம் கூட அச்சமில்லையோ? பாவம் மீராமா எப்படி துடிச்சுது தெரியுமா, அத ஆடாவா வளத்தேன்.. எம்புள்ளையாத்தானே வளத்தேன் ஈரக்கொல கருவுது தெரியுமா?"

முந்தானையால் மூக்கைச் சிந்தியபடியே பேசிய மரியத்தின் அழுகுரலுக்குப் பக்கத்து வீட்டுப் பெண்கள் கதவுகளைத் திறந்து வெளியே வந்தனர்.

"இங்க பாரு மரியம் அழுது பலாய கெளப்பாதே கேட்டியா, நாவொன்னும் வேணுக்குன்னு செய்யல எனக்கென்ன மீராமா மேல ஒட்டா? பகையா? நாம்பாட்டுக்குக் காடிப் பானையில கீரைய அரிஞ்சு போட்டுக்கிட்டு இருந்தேன் அப்ப பாத்து திருட்டுக் கழுத கழுத்த நீட்டி கஞ்சிய களவாண்டு குடிக்குன்னு யாருக்குத் தெரியும்? கத்தி நேத்தைக்குத் தான் சாணம் புடிச்சதால

சர்ருன்னு நாக்க அறுத்து உட்டுருச்சு.. இதென்ன ஒரு கொல குத்தமா இங்கன வந்து ஆட்டமா ஆடுறியே.. போ போ.. காக்காசுக்கு வக்கில்லன்னாலும் லெப்ப ஊட்டு கொழுப்பு சும்மாவா போவும். நீயிஞ்சரி உம்மீராமாவுஞ்சரி.. நாலு ஊட்டு சோறு திங்கறதால நல்லாத்தான் ஆட்டம் போடுறியோ. நா இதுக்குலாம் பயந்து போற ஆளு இல்ல கேட்டியா.. ஆம்பளைங்க தொழுவிட்டு ஊட்டுக்கு வார நேரம்.. வாசல்ல அழுகிணி வேசம் போடாம தொலஞ்சு போற வழியப்பாரு."

கண்ணீர் வழிய நெஞ்சைப் பிடித்தபடி வீட்டுக்குள் நுழைந்த மரியத்தை இறுக்கமாக அணைத்தபடி ஆயிசத்து கேட்டாள்.

"உம்மா மீராமாவுக்கு நாக்கு இனிமே வளராதாம்மா? இனிமே அது என்னய ம்ம்மே ம்மேன்னு கூப்பிடாதாம்மா? அந்தச் சத்தத்த கேக்கணும் போல இருக்கும்மா எனக்கு அழுவ அழுவயா வருதும்மா.. ராத்திரி மீராம்மா மௌத்தாப்போறது போல மனாங்கண்டேம்மா... அது நம்மல வுட்டுட்டு போயிடுமோம்மா?"

நிலைப்படியில் சாய்ந்தபடி, "யா அல்லாஹ் எம்புள்ளைக்கித் துனியாக் கொடுமைய தாங்கிக்கற ஈமானக்கொடு இந்த நாசமாப்போன சுயநல ஒலகத்துக்கு அவள ஆக்கத்தோட வாழ கிருபசெய்யி.. ஆயிசத்தும்மா நாக்கு இருக்குற எல்லாரும் நல்லதுக்குப் பேசுறது இல்ல.. இந்த ஒலகத்துல நாக்க சரியா பயன்படுத்த முடியாத மக்க குட்டிகளோட பொழங்குறத விட மீராமா நாக்கு இல்லாம கெடக்குறதே மேலு. நீயும் நானும் வாழற வாழ்க்கையே சோதனதான். கண்ணீரும் கம்பலயுமா பாக்குற பார்வையே மீராமாக்குப் போதும். நக்கனுன்னு இல்ல மோந்து பாத்துக்கிட்டே வாழ்ந்துடும்.. கவலப்படாத நாச்சியா" என்றாள்.

கறுப்பு

"எட்டடி குச்சிக்குள்ளே எட்டய்யா.. எத்தினி நாளிருப்பே..

எட்டடி குச்சிக்குள்ளே எட்டய்யா.. எத்தினி நாளிருப்பே.."

"ஐயே அதுக்குத் தான் மலயேறலன்னு தெரியுதுல்ல? சும்மா எம்மாநேரம் அத்தயே கூவிக்கினிருப்பே? அட்த்தச்சாமிய இட்டுக்கினு வர்லாமுல்ல.. டைம் போயிக்கின்னே இருக்குல்ல சாமி."

கெஜலட்சுமி சத்தமாகச் சொன்னவுடன் பூசாரி சற்று முறைப்பும் அச்சமும் கலந்தவாறு கூட்டத்தைப் பார்வையிட்டார். அனைவரின் முகத்திலும் சற்றேனும் எடை கூடி ஏறிய கலவரமாக இருந்தது. சாமிக் குத்தம் வந்துடக் கூடாதுன்னு பார்த்துப் பார்த்து செய்த காரியங்கள் கண்முன் நிழலாடின. ஒவ்வொரு வருடமும் எப்படியாவது ஒரு குத்தம் கைகால் முளைத்து எதிரே நின்றுவிடுகிறது. இந்தக் குற்றத்திற்காகவே அடுத்த வருடம் வரை நிகழும் விபத்துகள், நோய்கள், ஆபத்துகள், சண்டைகள், மரணங்களென அடுக்கிக் கொண்டே போகும் கற்பனைக் குதிரையை அந்தக் கூட்டத்திற்கு நடுவே கட்டி வைக்க இயலவில்லை.

தெருவின் இறுதிவரை சாமிகள் நிறுத்தி வைக்கப் பட்டிருந்தார்கள். கன்னிச்சாமிகளுக்குத் துணையாக அவர்களின் உறவினர்கள் அருகிலேயே நின்று கற்பூரம் காட்டி கால்களில் மஞ்சத்தண்ணி ஊற்றிக்

கொண்டிருக்க, குருசாமிகள் பொறுப்புணர்வுடன் கூட்டத்தை நிர்வகித்தும் அடுத்தடுத்த காரியங்களுக்கு வழிவிடுவதுமாக இருந்தனர். தெரு முழுக்க புகையால் நிரம்பி இருந்தது. ஒவ்வொரு வீடுகளிலும் சன்னல் கதவுகளின் வழியாகத் தலைகள் வேடிக்கைப் பார்த்துக் கொண்டிருந்தன. போக்குவரத்து ஸ்தம்பித்து அடுத்த தெரு வழியாக மாற்றுப் பாதையில் செல்ல, சாமிகளின் உப வேலைகளுக்கென இளவட்டங்களின் படை ஒன்று மும்முரமாக ஓடிக்கொண்டிருந்தது.

“இந்த வாட்டி கன்னி சாமிங்க லிஸ்ட் ரொம்ப அதிகமாக்கிது இன்னாவாம் எதுனா மேட்டர் நடந்துகிச்சா இன்னா?”

“ஏய்ய் அடிங்க.. சாமி மேட்டர்ல ரவுசு பேசாதன்னு எத்தினி தபா உன்னாண்ட சொல்லிக்கினேன், எத்தயும் நல்லா மாரியே எடுத்துக்க மாட்டியா நீயி, நாடு நல்லாருக்கனும் நாம நல்லாருக்கனும் நம்மாண்டையும் நாலு காசு பொழங்கிக்கனும், நம்மாளுங்களும் சோக்கா சட்டய தூக்கிவிட்டுக்கினு திரியனுன்னு புள்ளைங்கோ நேந்துக்கினு மால போட்டிருக்குங்க. நீ என்னாடான்னா சந்துல டபாய்ச்சி வுடுறே போடா பொறம்போக்கு பையா.”

கூட்டம் நான்கு திசையிலும் நான்கு விதமாகப் பேசித் திரிந்தது.

விடியற்காலையில் தொடங்கிய பூசைக்குப் பிறகு வரிசையாக நிற்க வைக்கப்பட்ட சாமிகள் ஒவ்வொருவராக அழைக்கப்பட்டு கொட்டுகள் அதிர உடுக்கைகள் பிளக்க, உக்கிரமாக மலை ஏறியவுடன் பெண்கள் கூட்டம் நாக்குகளைச் சுழற்றிக் குலவையிட, நீளமான வேல் ஒன்றின் கூர்மையான முனையில் விபூதியைத் தடவிக் கன்னங்களின் ஒரு மருங்கின் வழியே நுழைத்து மறு வழியே எடுப்பதற்குள் போதும் போதுமென ஆகிவிடும். இவ்வாறாக வேல் குத்தப்பட்ட சாமிகள் ஒரு புறமும் வேல் குத்துவதற்காக நிற்கப்படும் சாமிகள் மறுபுறமுமாக, மதிய வேளையைத் தாண்டிவிடும். கன்னி சாமிகளுக்குச் சிறிய வேல்களும் அனுபவ மூத்த சாமிகளுக்கு நீண்ட வேல்களுமாகத் தெரு முழுக்க பக்திப் பரவசமாகக் காட்சி தரும். வேல்களின் கூர் முனையில் எலுமிச்சை செருகப்பட்டு இருப்பதை குழந்தைகள் வேடிக்கையாகப் பார்த்து தொட முயற்சிப்பார்கள்.

ஜெலட்சுமிக்குச் சாமி நம்பிக்கை இல்லையென்றாலும், ஊரோடு ஒத்துப் போக இந்த மாதிரியான நாட்களில் மட்டும் நெற்றியில்

நீளமாக விபூதியைப் பூசிக் கொள்வாள். கணவனும் மகனும் ஒரே விபத்தில் இறந்து போனவுடன் நாதியற்று அக்கம் பக்க மக்களையே சார்ந்து பூ விற்கும் தொழிலைத் தேர்ந்தெடுத்தாள். தொடக்கத்தில் இவள் கையால் பூ வாங்கத் தயங்கியவர்கள் சர்க்கரைத் தடவிய பேச்சுகளால் கவரப்பட்டு நெருக்கமாகத் தொடுக்கும் அடர் மல்லிச் சரத்துக்கும் பிச்சிப்பூச் சரத்துக்கும் வாடிக்கையாளர்களாக மாறிப் போனார்கள். தன்னையும் மீறி தனக்கு நடந்த அநியாயங்களை நினைத்து எப்போதாவது சட்டென வார்த்தைகளை உருட்டி விடுவாள்.

"சாமியாவது பூதமாவது, மனுசனுக்கு மனுசன்தான் சாமி பேயி எல்லாமே. ஒழைக்காம தின்னா காக்காசு வய்த்துல நிக்குமா சொல்லு.. தூக்கிட்டு வந்துட்டானுங்க உண்டியல." அவள் நிலையை நினைத்து மற்றவர்களும் புன்னகைத்துக் கடந்துவிடுவார்கள்.

"ஏண்ணே.. எம்மாந்தேரம் ஒனக்குப் பூச போட்டும் கல்லுப் போல ஜம்முன்னு நின்னுக்கிட்டுருந்தே.. என்னா கேடு ஒனக்கு.. எத்தயாவது குடிச்சு தொலச்சுட்டியா.. இல்லாங்காட்டி சரசா ஊட்டாண்ட.."

"இந்தா.. மருவாத கெட்டுப்போயிரும் பாத்துக்கோ.. மால போட்டதால எதும் பண்ணமாட்டேன்னு நெனப்பா? கோழியாட்டம் அறுத்துத் தூக்கிப் போட்டுருவேன்" என்றான் கோபாலு.

"ஐயே.. இப்ப இன்னாத்துக்குத் துள்ளுறே.. நா மட்டுமா பேசறேன்... ஏரியா பூரா ஒம் பேச்சுத்தான் கவனி.. பூசாரி முச்சூடும் ஒன்னையே மொறச்சுக்கினு கெடந்தாரு.. அல்லாத்துக்கும் மொர்சலாக்கீது ஆனா எனக்கு அப்டிலாமில்ல மன்சுல பட்டத பட்டுன்னு கேட்டுக்குவென் ஆங்."

கோபாலு தலையைத் திருப்பிக் கொண்டான். ஆளாளுக்கு இவனையே உற்றுப் பார்ப்பது போலிருந்தது. காதுபட சிறுசு பெருசு எல்லாரும் கலாய்க்கத் தொடங்கி இருந்தனர். இத்தனை நாட்களாகச் சுத்த பத்தமாக விரதமிருந்ததைப் பற்றி யாருக்கும் தான் சொல்லப் போவதுமில்லை யாரைப் பற்றியும் கவலைப் படப் போவதுமில்லை என்பதில் தீர்க்கமாக இருந்தான். பொதுவாக இந்த விரதம் பிடிக்கும் நாட்களில் இவர்களைப் போன்ற மக்களுக்குப் பெரிதும் சவாலாக இருப்பது அடிக்கடி

வாயில் வரும் ***** ****** கெட்ட வார்த்தைகள்தான் "****** சாப்ட்டியா, ***** டீ அடிக்கலாமா" என சரமாரியாகப் புரளும் அந்த வார்த்தைகளைத் தவிர்த்து "வா சாமி.. போ சாமி" எனப் பேசுவது கடினம்தான்.

அதையும் சரிவரச் செய்திருந்தான் கோபாலு. வருடத்தின் அத்தனை இரவுகளுக்கும் குத்தகை கொடுத்திருக்கும் சாராயக் கடை மரப் பெஞ்சிலிருந்தும் தள்ளாட்டத்தோடு விழுந்து கிடக்கும் வீதிகளிடமிருந்தும் இந்த விரத நாட்கள் மட்டுமே விலக்காக இருந்தது. மாங்கு மாங்கென சைக்கிள் ரிக்ஷா ஓட்டும் கோபாலுவைக் குடிக்காதே என்று யாரும் சொல்வதில்லை. ரிக்ஷா இழுக்கும் பணியோடு சமயங்களில் கொத்தனாராகவும் வேலைக்குச் செல்லும் கோபாலு தனது உடல் வலியைப் போக்கிக் கொள்ளும் மருந்தாகச் சாராயத்தை மட்டுமே நம்பி இருக்கிறான். ஒரு குவார்ட்டர் போதும் அன்றைய இரவைத் தூங்க வைப்பதற்கு.

சமயங்களில் செல்வியும் ஒரு டம்ளரோடு ஜோதியில் இணைந்து கொள்வாள். பத்து மணிக்கு மேலாகப் பாதி அடங்கிய சாலையில் மீன்பாடி வண்டி ஒன்றில் இருவரும் அமர்ந்து கொள்வார்கள். அது ஒரு அலுவலகக் கட்டடத்தின் முன்புற தெருவாசல். அதன் குடௌன் ஷட்டருக்கு வெளியே நீண்ட திண்ணையோடு எப்போதும் திறக்காத கதவு ஒன்றின் வெளிப் புறத்தில் மரப் பெட்டிகளை ஒன்றின் மீது ஒன்றாக அடுக்கி அதில் துணிமணிகள், பாத்திரங்கள், தட்டுமுட்டு சாமான்களை அடுக்கி வைத்திருப்பார்கள்.

அந்தக் கட்டடம் கட்டுவதற்கு முன்பு மாட்டுக் கொட்டகையாக இருந்ததிலிருந்தே பலகாலமாக இதுதான் அவர்களின் வீடு. அந்த ஏரியா முழுக்க இது போன்ற தெருவோர மக்களால் சூழப்பட்டிருந்தது. இரண்டு மூன்று கட்டடங்களுக்கு இடைவெளியில் இன்னொரு குடும்பம் இருக்கும். அவர்கள் பிறந்து வளர்ந்து வாழ்ந்து மடியும் இடம் ஒரு குட்டிச் சுவர் கூட இல்லாத வெட்ட வெளித் தெரு மட்டுமே. தெருக் குழாயில் வரும் அடிபம்ப்பில் வரிசையாக நின்று நிரப்பி அடுக்கி வைக்கப்பட்டுள்ள பிளாஸ்டிக் குடங்களால் குட்டியாக ஒரு கோட்டைச் சுவர் இரவு உருவாக்கப்பட்டு காலையில் கலைக்கப்படும் அது ஒரு எல்லைக் கோடு.

கோபாலுக்கும் செல்விக்கும் ராமு, சேகர் என்று இரண்டு ஆண் மகன்களும் கனியம்மாள் என்ற பெண் பிள்ளையும் இருந்தார்கள். இதைத் தவிர இவர்களில் குடும்பத்தில் ஒருவராக இருந்தது 'கறுப்பு'.

தெரு நாய் என்று எளிதில் ஒதுக்கி விட முடியாத வனப்பில் இருந்தது கறுப்பு. வழவழப்பாக மேல்நாட்டு வனப்புடன் பழைய அரசு மருத்துவமனைக்குப் பின்புறமுள்ள குப்பை மேட்டில் பிறந்து சில மணித்துளிகளே ஆகியிருந்த கறுப்பைச் சிறுநீர் கழிக்க ஒதுங்கிய ராமு தூக்கிக் கொண்டு ஓடிவந்தான்.

"நைனா நைனா.. இந்தாரேன் நாக்குட்டி நைனா.. எம்மாம் பொடிசா கீதுன்னு பாரு.. கண்ணைப் பாரேன் தொறக்க கூட இல்ல.. ஐஐஐ.. நக்குது நைனா.. யம்மா யம்மா இத்த நாம்பளே வளப்போம்மா.. என்னாண்டயே கெடக்கட்டும்மா.. நைனா வோனான்னு சொல்லிராதேப்பா."

சேகருக்கும் கனியம்மாளுக்கும் கூட கறுப்பை பிடித்துப் போனது. பால் புட்டியில் உறிஞ்சிக் கொண்டே ராமுவின் மடியில் தஞ்சம் அடைந்து கிடந்தது. பிள்ளையைப் போல வளர்ப்பதற்கும் பிள்ளையாகவே வளர்ப்பதற்கும் நிறைய வேறுபாடுகள் இருக்கின்றன. கோபாலு பிள்ளையைப் போல் பார்த்துக் கொண்டான். ராமு பிள்ளையாகவே வளர்த்தான்.

முதலில் கறுப்புவுக்குச் சிவப்பு நிறக் கயிறு கழுத்தில் அணிவிக்கப்பட்டு தெரு முழுக்க ஓடவைத்து அழகு பார்த்தான் ராமு. பகல் பொழுதுகளில் நெருக்கமான போக்குவரத்தில் ஓடுவதற்குக் கறுப்பு மிகவும் திணறியது. ராமு நெஞ்சோடு அணைத்துக் கொண்டு கீழே இறங்கிவிடாமல் பார்த்துக் கொள்வான். சட்டெனக் கடக்கும் ஆட்டோ, கார், சரக்குகள் ஏற்றிவரும் மாட்டு வண்டிகள், லாரிகளை மிரட்சியுடன் கறுப்பு பார்ப்பதை ராமு கவனித்துக் கொண்டான். அதனாலேயே மடியைவிட்டு இறக்கி விடாமல் கவ்விக் கொண்டு அலைந்தான்.

ஐந்து வருடங்கள் ஆகிவிட்ட பிறகு கறுப்பு ஒரு ஹீரோவைப் போல ஏரியா முழுக்க வட்டமிடத் தொடங்கிவிட்டது. வெளிநாட்டிலிருந்து இறக்குமதி செய்யப்பட்ட நாய் என்று ஏரியா முழுக்கப் பேசத் தொடங்கி, பத்தாயிரம் பதினைந்தாயிரம் தருகிறேன், கறுப்பைக் கொடுங்கள் என்று அடுக்குமாடி வாசிகள்

அலுவலகப் பணியாளர்கள் வந்து கேட்டும் கொடுக்க மறுத்து மொத்த குடும்பமும் உயிராக வளர்த்தது.

கனியம்மாள் குளிக்கும் போதும், இயற்கை உபாதையால் ஒதுங்கும் போதும் கறுப்பு காவலுக்கு நின்று கொள்ளும். எதேச்சையாக யாரேனும் அவ்வழியில் கடந்தால் கூட பவ்பவ்பவ் எனக் குரைத்து விரட்டிவிடும்.

சரியாக இரண்டு வாரங்களுக்கு முந்தைய சனிக்கிழமை ஒன்றில் பக்கத்து ஏரியாவில் நடந்த விசேஷத்திற்கு எடுபிடி வேலைக்குச் சென்ற கனியம்மாளுடன் துணைக்குச் சென்ற கறுப்பு திரும்பவில்லை. கண நேரத்தில் ஏரியா முழுக்க இரண்டாக்கி விட்டார்கள். கனியம்மாள் வேலை மும்முரத்தில் கறுப்பைக் கவனிக்கத் தவறியிருந்தாள். ஆளாளுக்கு ஒவ்வொரு புறமாகத் தேடித் திரிந்தார்கள். ராமு கிட்டத்தட்ட பைத்தியம் பிடித்தவன் போலச் சுற்றிச் சுற்றித் தேடினான். பள்ளிக்கூடம் ஆஸ்பத்திரி, ரேசன்கடை, கிருஷ்ணன் கோவில், இரும்பு க்டௌன் என இவர்கள் போகும் அனைத்து இடங்களுக்குப் பதைபதைப்போடு ஓடினார்கள்.

“கறுப்பு.. கறுப்பு.. கறுப்பு.. கறுப்பு” கறுப்பு வரவே இல்லை.

“ந்தா.. ஏய் எம்மாந்தேரம் கூவுறேன்.. இன்னா நெனப்பு ஒனக்கு.. அப்டியே குந்திக்கினுக்கீரே.”

செல்வி தோள்களைப் பிடித்து உலுக்கினாள். நினைவுகளிலிருந்து மீண்டவன் கறுப்பும், கறுப்புசாமியும் தன்னை கைவிட்டதற்கான காரணத்தைத் தனக்குள்ளேயே கேட்டுக் கொண்டான்.

“இல்லம்மே மன்சே சரியில்லமே இந்தச் சாமிக்கு இன்னாக்கேடு வந்திச்சு எம்மேல ஏற.. இன்னா ப்ரச்சன நாயென்ன அவ்ளோ ஆகாம போய்ட்டேனா என்னா.. எம்மாந்தேரம் பூசாரி விபூதி போடறாரு அப்டியே கிங்காங்கணக்கா நிக்குறேன்.. ஒருப் பொட்டு ஏறலேன்னா என்னா அர்த்தம் கேக்கறனுல்ல.. இன்னா அர்த்தம்.. டேய் கய்த கோவாலு.. ஒனக்கு இன்னா மய்த்துக்கு சாமின்னு தானே எங்கைல சொல்லிக்குது.”

“ஐயே மஸ்த்து சும்மா வாய வச்சுக்கினு கம்முன்னு கெடம்மே.. நீ இன்னியும் மாலய கலட்டிக்கல கவனம் வச்சுக்கோ, வாயுல எதுனா கெட்ட வாத்த வச்சுக்காத புர்ஞ்சுதா..” செல்வி கடிந்து கொண்டாள்.

இரவு.. ஏரியா முழுவதும் நாற்புறச் சந்துக்கு மத்தியில் அமைக்கப்பட்ட வெள்ளைத் திரையில் ப்ரொஜக்டர் உதவியுடன் திருவிளையாடல் படம் பார்த்துக் கொண்டிருந்தது. பெட்சீட், பாய், தலகாணி, சொம்பில் தண்ணீர், நொறுக்குத்தீனி ஆகியவற்றுடன் பெண்கள் கூட்டமாக அமர்ந்திருக்க வேல் கம்பி குத்திய துளை கன்னத்தில் மூடுவதற்கு முன்னமாக பலநாட்கள் விரதத்தை முடித்த உற்சாகத்தில் நேற்றைய சாமிகள் சாராயக்கடையை ஒட்டுமொத்தமாகக் காலிசெய்து மிதந்து கொண்டிருந்தன. உடல்வலி தீர நிறை போதையுடன் மல்லாக்கக் கிடந்து வெள்ளைத் திரையில் சிவாஜிகணேசன் சாவித்திரியின் நடிப்பை உச்சுக் கொட்டி ரசித்தார்கள்.

கோரைப் பாயின் மத்தியில் மல்லாந்தபடி வானத்தை வெறித்துக்கொண்டே, “யம்மா கறுப்பு நைட்டுக்கு நாஸ்தா துன்னிருக்குமா.. எம்மூஞ்ச தேடித் தேடி எம்மாந்தூரம் அலயுதோ என்னமோ.. எனக்கு வாழவே புடிக்கலம்மா நாவேனா செத்துப் போயிடவாம்மா” என்றான் ராமு.

“**** இன்னாடா சொல்லிக்குனே நீய்யி எடுபட்டப்பயலே.. அதுக்காடா ஒன்னய பெத்துக்குனேன் கய்த கஸ்மாலம்.. ஒன்னய வாரிக் கொட்த்துட்டு நாம் மட்டும் உயிரோட கெடப்பேன்னு நெனச்சுக்கினியா.. இன்னொரு தபா இதுமேரி சொன்னே.. மவனே நானே ஒன்னய கொன்னுட்டு தண்ணி லாரி மின்னாடி பாஞ்சுடுவேன் பாத்துக்கோ.”

கோபாலு முழு போதையில் கைலி மேலேறியது தெரியாமல் புரண்டு படுத்தான். சேகர் ஆழ்ந்த உறக்கத்தில் கிடக்க கனியம்மாள் மட்டும் படத்தையும் இவர்களையும் கவனித்துக் கொண்டு ஓரமாக அமர்ந்திருந்தாள். திரையில் சிவாஜிகணேசன் கண்களை அகலத் திறந்து நாகேசிடம், “குற்றமா.. என் பாட்டிலா.. எவன் சொன்னான்” என்று கேட்டுக்கொண்டிருந்தார்.

“டேய் அழுவாதடா.. நம்ம கறுப்பு அறிவுள்ள கொய்ந்துடா.. அது எம்மாந்தூரம் போனாலும் பொழச்சுக்கும்.. அதுக்கு இப்ப நம்ம ஒதவிலாம் இல்லாமலயே தின்னத் தூங்க தெரியுண்டா.. நீ கவலப்படாம கெட. என்னிக்காச்சும் உன்னியத்தேடி வரும்பாரு” செல்வி ராமுவை ஆற்றுப்படுத்தினாள்.

பனி பொழியத் தொடங்கியது.

"இந்தாப்பா கோவாலு.. சாருதான் நமக்கு இனி புது மொதலாளி.. என்ன பாக்கறே.. சார் வீட்டுக்குத் தான் அடுத்த மாசம் முழுக்க வேல பாக்கப் போறோம். சுமார் ஐம்பது வருசப் பழைய வீடு பாத்துக்கோ.. அத்த அப்படியே அஞ்சடிலேந்து எட்டடி வரைக்கும் மேல தூக்கணும் ரெண்டு மாசங்கூட வேல இழுத்துக்கும்னு நெனக்கிறேன்.. காண்ட்ராக்ட நம்ம இஞ்சினியர் கிட்டத் தான் கொடுத்திருக்காரு.. நீயும் உன் எரியா டீமும் ரெண்டு நாள்ள வந்திடுங்க வெள்ளிக்கெழம காலைல ஆறு மணிக்கு ஆரம்பிச்சுடணும். நல்லநேரம் தாண்டகூடாதுன்னு ஸ்ட்ரிக்டா சொல்ட்டாங்க. கரெக்டா வந்துடுங்க.. பத்து பேர இட்டுட்டு வந்துடு பொறவு தேவப்பட்டா கூட்டிக்குவோம்.. நாலு பொம்பளைங்களும் மீதி ஆம்பளைகளா இருக்கட்டும்.. சரியா மேட்டர காதுல வாங்கிக்கிட்டியா... இல்ல மறுவடி சொல்லணுமா?"

"வேணாம் மேஸ்திரி.. கரிட்டா வாங்க்கிக்கினேன்.. இன்னிக்குத் தேதிக்கு ஊட்ட தூக்குறதுல்லாம் மேட்டரே இல்ல.. அல்லாமே சுலூவா முடிஞ்சுடும் பாத்துக்கலாம்."

"அப்ப சரி. அட்வான்ஸ் எதும் வேணுமா என்னா?"

"ஆமாங்க.. அஞ்சாய்ரம் ரூவா கொடுங்க. பசங்களுக்கு தரணும் மத்தத கணக்கு பாத்துக்குவோம்" பெற்றுக் கொண்டு நகர்ந்தான்.

அது ஒரு பிரசித்தி பெற்ற தெருவின் மத்தியில் அமைந்திருக்கும் பழைய வீடு. இடமும் வலமும் எதிர்ப்புறமும் வீடுகளால் மட்டுமே சூழப்பட்டிருந்தது. தொண்ணூறு சதவீத வீடுகள் நவ நாகரீக அமைப்பிற்கு மாறியிருந்தன. கண்ணாடி பால்கனிகள், ஆளுயர இரும்புகேட், தேக்குமரக் கேட் என வகையாகப் போடப்பட்டு தெருவின் கால்வாசி வரை கார்கள் இறங்க பார்க்கிங் தரையை இழுத்துப் போடப்பட்டிருந்தது. வேப்ப மரங்களும் சரக்கொன்றை மரங்களும் தெருக்களில் அடுக்காக நிற்க, வீடுகளுக்குள் பெயர் தெரியாத அயல் தேசத்து மரங்கள் காற்றுக்கும் உதவாமல் இலைக்கும் உதவாமல் தேமே என்று நின்றிருந்தன.

மொதலாளி என்று அழைக்கப்படும் முருகானந்தத்தின் வீடு முற்றிலும் பழைமையில் மூழ்கி இருந்தது. சுமார் நான்காயிரம் சதுர அடிகள் இருக்கும் அவ்வீட்டில் வெளிப்புறத் திண்ணையைத் தவிர்த்து உள்ளே தூண்களும் தடித்த சுவர்களும் பிரமாண்டமான

அறைகளும், பெரிய அடுக்களையுமாகக் கம்பீரமாக இருந்தது. இன்றைய தேதியில் உடைத்துக் கட்டினால் அவ்வளவு ஜோராக அடுக்குமாடி குடியிருப்பைக்கூடக் கட்டலாம். அத்தனை பிஸியான சாலை இது. இந்த வீட்டினை மராமத்து செய்ய என்ன இருக்கிறது என அக்கம்பக்கத்தில் புரசலாகப் பேசிக்கொண்டனர்.

கோபாலு தனது சக கொத்தனார்களுடன் நான்கு பெண் உதவியாளர்களுடன் ஷேர் ஆட்டோவில் காலை ஐந்து மணிக்கெல்லாம் வந்து இறங்கிவிட்டான். அந்த வீட்டின் வாசலில் பூஜை செய்வதற்கான ஏற்பாட்டினைச் செய்து கொண்டிருந்தார்கள். முருகானந்தத்தின் பேரன் செல்வம் அங்கேயும் இங்கேயும் ஓடி பூஜை பொருட்களைக் கொண்டு வந்து கொடுத்தான். இரண்டு ஐயர்கள் தங்களின் இரு சக்கர வாகனத்தில் வந்து இறங்கித் தயாராக இருந்த பலகையில் அமர்ந்து வேலைகளைத் தொடங்கினார்கள். பூஜை முடியும் வரை தெருவிலுள்ள திண்ணையின் பக்கவாட்டில் அமர்ந்திருந்த கோபாலுவின் குழு பூஜை முடிந்தவுடன் தங்களின் பணியைத் தொடங்கச் சித்தமானார்கள்.

“மொதலாளி அப்டியே எங்களுக்கும் வேலயத் தொடங்க மின்னாடி சின்ன பூச போடணும். கோழி ஒன்னு வாங்கியாந்து பலி போட்டு ரத்தத்த தெளிச்சுவுட்டோமுன்னா சுலூரவா இஸ்டாட் பண்ணிடலாஞ்சார்.”

கோபாலு சொல்லிக் கொண்டிருக்கும் போதே உள்ளிருந்து அலறிக் கொண்டு ஒரு பெண் ஓடி வந்து பூஜைக்காகப் போட்டிருந்த சுடு மண்ணை அள்ளி வீசினாள்.

“நாசமாப் போறவனுகளா.. நாசமாய்ப் போயிடுவேடா நாசமா.. நானு இங்கன இருக்குற வரையும் யாரையும் கொல்லக் கூடாது. யாரையும் கொல்லக் கூடாது. யாரையும் கொல்ல அனுமதிக்க மாட்டேன்.. போங்கடா வெளில.. இது என் தங்கத்தோட வீடு. இங்க யாருக்கும் அனுமதி இல்ல. போங்கன்னு சொல்லுறேனில்ல.. போங்கோ.”

கோபாலு வெலவெலத்துப் போய்விட்டான். என்ன நடந்ததென அனுமானிக்கும் முன்னம் முருகானந்தம் தனது பேரனுக்குக் கண்ணைக் காட்ட செல்வம் அந்தப் பெண்ணை இழுத்துக் கொண்டு உள்ளே சென்றான்.

இஞ்சினியர் தடதடவென ஓடிவந்து, “ஏய் பொறம்போக்குப் பயலே அறிவிருக்கா ஒனக்கு. எங்க எதக் கேட்கணும்னு கொஞ்சமாச்சும் வெவஸ்தையே கெடயாதா மயிரு.”

“ஸாரி சார்.. எதுனா மிஸ்டேக்கா கேட்டுக்கிட்டனா என்ன? மேட்டர் என்னான்னா நம்ம சனங்க பூரா கட்டட வேலக்கில்லாம போயி பெருசா பயக்கமில்ல. இப்பத்தான் அஞ்சு பத்து வருஷமா போறோம். பயபுள்ளைக நம்மல நம்பிப் பொழப்புக்கு வருதுக. வந்த இடத்துல கல்லு மண்ணு இடிச்சி வாரும் போது எதுனா ராங்கா நட்ந்துகிச்சுன்னா அவ்ளோதான். ஏரியால கால் வெக்க முடியாது. ஒன்னாக் கூடி எனக்கு நலங்கு வச்சிடுவானுங்க.. அதான் முன் சாக்கிரதையா சொன்னேன்.”

இஞ்சினியர் குமார் சற்று நிதானத்துடன் கோபாலுவைத் தோளைத் தொட்டு அழைத்துக்கொண்டு தெருவோர தேநீர்க் கடைக்குச் சென்றார். அவர்களைத் தொடர்ந்து மாரி, சங்கர், ராஜா, வெங்கட் ஆகியோரும் வந்தார்கள். ஆளாளுக்குப் பீடி சிகரெட்டைப் பற்ற வைத்து இழுத்துக்கொண்டே, “இந்தாப் பாருப்பா.. இந்த வீட்டப் பொருத்தவரைக்கும் உங்களுக்கு மூனு கண்டிஷனுங்க இருக்கு.. வேற வழியில்லப்பா நல்லாத் தெளிவா கேட்டுக்கங்க.. அதுக்கு ஒத்துகிட்டா வேலையப் பாப்போம். இல்லன்னா நா வடநாட்டு ஆளுங்கள வேலைக்கு இறக்கிடறேன். நீங்க போய்கிட்டே இருக்கலாம்.”

“என்னாசாமி ரொம்ப சுத்துறே மொதல்ல மேட்டர சொல்லு. ஒத்து வந்தா பாப்போம், இல்லாங்காட்டி நீ என்ன சொல்றது.. நாங்களே போய்க்கின்னே இருப்போம்.. ஆங்..”

“இங்க பாருப்பா இது ஒன்னும் சாதாரண விஷயமில்ல. நீங்க பாட்டுக்குக் கவனமில்லாம இருந்துடக் கூடாது. இந்த வீட்ட நாம முழுசா இடிக்கப் போறதில்ல. ரொம்ப பாரம்பரியமான வீடு. கொஞ்சமா ஆல்டர். அதான் மராமத்துப் பண்ணப் போறோம். முன்னாடி இருக்குற திண்ணைய இடிச்சுட்டு கார் பார்க்கிங் போடணும், அப்புறம் வீட்டுக்குள்ள மொத மாடிய கை வைக்காம, ஜாக்கி போட்டு நிறுத்திட்டுக் கீழத்தரையை இடிச்சுட்டு கொத்திப் பூசி கிரானைட் போடணும். வீட்டச் சுத்தி பார்டர் போல இடிச்சுத் தள்ளிட்டு புது டிசைன்ல எலவேசன் வைக்கணும், நடுப்பகுதி ரொம்ப ஸ்ட்ராங்கா இருக்கு. அதத் தான் ஜாக்கி போட்டுத் தூக்கப் போறோம். அப்புறம்

கொஞ்சமா இண்டீரியர் வேலைகளும் இருக்கும். அதுக்கெல்லாம் மொறப்படி படிச்ச டிசைனர்களை வச்சு செஞ்சுடுவேன். நீங்க கொத்தனார் வேலையையும் ஏத்தி இறக்குற வேலைகளை மட்டும் பாத்தா போதும். ஐயோ சொல்ல மறந்துட்டேனே.. அந்த மூனு கண்டிசன் என்னான்னா.. நீங்க யாரும் வேலை பாக்குற வீட்டுக்கு உள்ளாற என்ன நடக்குது, ஏது நடக்குதுன்னு கவனிக்கக் கூடாது. அவங்க கிட்ட போயி ஏன், என்னான்னு பேசக் கூடாது. முக்கியமா அதப்பத்தி வெளில யாரு கிட்டயும் போயி எதுவும் சொல்லவும் கூடாது கேக்கவும் கூடாது. மத்த வீடுங்கள்ள வேலை பாத்தா மாதிரி உரிமையெடுத்துகிட்டுப் பேசிச் சிரிக்கலாம்னு நினச்சுக்கூட பாக்காதிங்க. இதுக்குலாம் ஓகேன்னா கடப்பாரய மண்வெட்டிய எடுத்துக்கிட்டு உள்ளார போங்க இல்லன்னா..”

“ஐயே இம்புட்டுத் தானே, இத்த சொல்ல இம்மாம் பெரிய பில்டப்பு வேற! அடப்போசாமி.. யாரு இன்னா பண்ணுனா எங்களுக்கென்னா? எங்க வேலய நாங்க பாக்கறோம். கையில துட்டு வாயில தோச. அம்மாந்தேன் சர்தானே மச்சி” கூட்டத்தோடு சிரித்தார்கள்.

முதலில் திண்ணையை இடிக்கத் தொடங்கினார்கள். பாறாங்கற்களை ஒன்றன் மேல் ஒன்றாக அடுக்கி உருவாக்கப்பட்ட திண்ணை. கடப்பாரை இறங்கவே திணறியது. வந்ததில் இளசான முறுக்குடனிருந்த மாரி வேகமாகக் கடப்பாரையை இறக்க கைவழுக்கி மடித்துக் கட்டியிருந்த லுங்கியைத் துளைத்துத் தொடையில் பாய்ந்து இறங்கியது. ஆவென அலறித் துடித்தவனை எல்லாரும் சேர்ந்து அள்ளி ஆட்டோவில் போட்டு பக்கத்தில் உள்ள மருத்துவமனைக்குக் கொண்டு சென்றனர்.

நல்லவேளையாகப் பெரிய பாதிப்பில்லாமல் எட்டுத் தையலோடு தப்பினான். திரும்பவும் மாரியை ஏரியாவுக்கு அனுப்பிவிட்டு மற்றவர்கள் வேலைக்கு வந்துவிட்டார்கள். வரும் வழியிலேயே கோபாலு ஆட்டோவைக் கோழி மார்க்கெட்டுக்குத் திருப்பி நல்ல கொழுத்த வெடைக் கோழி ஒன்றை வாங்கி ஏரியா பூசாரியிடம் கொடுத்து அவசரகதிப் பூசை போடச் சொல்லிக் கண்களை மூடி எல்லோரையும் வேண்டச் சொல்லி கேட்டுக்கொண்டு கழுத்தைத் திருகிப் போட்டுவிட்டு வந்தான்.

திண்ணையை முழுவதுமாக இடித்து கார் பார்க்கிங் அமைக்கத் தோதாக இடத்தை ஒதுக்கி விட, வீட்டின் உள் பக்க வேலைகளும் ஜரூராகப் போய்க் கொண்டிருந்தது. ஒரு பழைய வீட்டின் அடையாளத்தைத் திறந்து, நாகரீக மாற்றத்தை அணிவிக்க இஞ்சினியர் தலைமையில் போராடிக் கொண்டிருந்தனர். புதிதாக வீட்டைக் கட்டுவதற்கும் மராமத்து செய்வதற்கும் நிறைய வேறுபாடுகள் இருந்தன. இவர்கள் வேலை செய்வதற்கு இடையூறு இல்லாமல் முருகானந்தத்தின் குடும்பம் எதிரே காலியாக இருந்த அடுக்குமாடிக் குடியிருப்பின் முதல் தளத்தில் தற்காலிகமாகக் குடிபெயர்ந்திருந்தது. செல்வமும் அவனது தங்கை அனிதாவும் அடிக்கடி வேடிக்கை பார்க்க வந்துவிடுவார்கள். காபி டீ குடித்துக் கொண்டே அரட்டையாகப் பேசி அனைவரிடமும் பழகியும் விட்டார்கள். வீடு முழுக்க ஊன்றப்பட்ட ஜாக்கி ஒரு மில்லிமீட்டர் கூட அளவில் வேறுபாடு இருந்து விடக்கூடாதென்பதில் இஞ்சினியர் கராராக இருந்தார். ஜாக்கியை மேஜிக் பூதமென்றே பெயர் வைத்து அவர்களுக்குள் பேசிச் சிரித்துக் கொண்டனர்.

“இந்தாருடா பெரிய்ய அல்லாவுதீன் பூதம் வூட்ட அப்டியே மேலாக்க தூக்கி நிறுத்துது பாரு. இத்தனூண்டு கம்பி. கொஞ்சூண்டு ஸ்க்ரூ டூல்ஸ். இம்மாம் பெரிய ஊட்ட பள்ளத்துலேந்து மேட்டுக்கு இட்டாந்துடுது. படா ஜோராக்கீதுப்பா.”

“இத்தெல்லாம் அவ்ளோ பெரிய்ய மேட்டரெல்லாம் கெடயாது கேட்டுக்கினியா.. பெல்ட் காங்கிரிட்டுன்னு வச்சுக்கோயேன் ஒன்னியும் பண்ணிக்க மிடியாது. அப்போதைக்கு மேஸ்திரி கட்டுக்கல்லு வச்சு அடுக்கிக் கட்டுனதால ஈஸியா தூக்கிடறாங்க.”

“அதான.. ஒன்னியுமே இல்லாத காலத்துலயே அனுமாரு சாமி பரங்கி மலையப் பேத்து மருந்துக்கோசரம் பறந்து போயி சரியான நேரத்துக்குச் சேக்கலையா என்னா?”

“ஆமா அவரு பரங்கிமலையப் பேத்தாரு, நீயி எமய மலையப் பேத்தே.. போடா கிறுக்குப் பயலே.”

“என்ன எப்பா பாரு ஒரே பேச்சுத் தானா வேலையப் பாருங்கப்பா.. இதுக்குத் தான் ஹரியானா குஜராத்துலேந்து பசங்கள வரவழைக்கலாம்னு ஓனர்ட்ட சொன்னேன். வேணாம் நமக்குத் தெரிஞ்ச ஆளுங்கள வச்சு செய்யுன்னு பிடிவாதமா மறுத்துட்டாரு. இன்னிக்குத் தேதிக்கு ஜாக்கி போட்டு வீட்ட

தூக்க எங்க கம்பெனிய விட்டா இந்த ஏரியலேயே ஆளு கெடயாது பாத்துக்கங்க. அம்பது லட்சத்துக்குக் கட்ட வேண்டிய வீட்டப் பத்து லட்சத்துக்குத் தூக்கி நிறுத்திட்டா போதும். பதினஞ்சு இருவது வருஷத்துக்குச் சும்மா ஜம்முன்னு வாழலாம்.. யப்பா கோபாலு ஒன்னோட பொறுப்புலதான் எல்லாரும் வந்திருக்காங்க. அப்பப்ப எடுத்துச் சொல்லி ஏவனுமுல்ல எழவு ஊட்டுல கவுந்து கெடக்குற மாதிரி இடிஞ்சு போயி வேல பாத்தா என்னா பண்றது" என்றார் எஞ்சினியர்.

கோபாலு இத்தனையும் காதில் வாங்கிக் கொண்டும் ஒரு ஜாக்கியின் மீது அடுக்கியுள்ள மரச் சட்டத்தைக் கட்டடத்தின் அடியில் முறுக்கேற்றி டைட் செய்து கொண்டிருந்தான். தன்னைச் சுற்றி நடக்கும் எல்லாவற்றின் மீதும் பற்றிருந்தும் இல்லாமலுமாக இரண்டுங்கெட்ட மனநிலையில் இருந்தான். ஒவ்வொரு இரவும் சாராயக்கடையில் முழு போதையில், "எனக்கேண்டா சாமி வரல."

"கறுப்பு எங்கடா போச்சு?"

வீடு ஓரளவு முடிந்திருந்த போது முருகானந்தம் தனது மனைவி, மகன், பேரனோடு கொஞ்சம் பொருட்களை எடுத்துக் கொண்டு வீட்டிற்குள்ளே வந்திருந்தார். மாடியில் இருந்த படியே கட்டுமான வேலைகளை மேற்பார்வை செய்தார். வெளியே போக வர புறக்கடைப் படிகளைப் பயன்படுத்திக் கொண்டார்கள். ஒருவார காலத்தில் வீடு குடியேற தயாராகிக் கொண்டிருந்தது.

முருகானந்தத்தின் மனைவியின் செயல்பாடுகள் அனைவரையும் கலவரப்படுத்தியது. கைகளின் மணிக்கட்டுகளில், கால்களில் சங்கிலியால் கட்டப்பட்டு காய்த்திருந்த புண்களின் முற்றிலும் ஆறாத வடு தெரிந்தது. தொடக்கத்திலேயே மண்ணை அள்ளி வீசிச் சாபமிட்டுச் சென்றவள், இப்போதுவரை அதன் குணம் மாறாமல் இவர்களை முறைத்துக் கொண்டே தான் இருக்கிறாள். புறவாசல் வழியாக இறங்கும் படிக்கட்டுகளுக்குக் கீழாக இருக்கும் இடைவெளியில் பழைய துணிகள், மரச் சக்கைகள் ப்ளாஸ்டிக் பொருட்களைத் தற்காலிகமாகப் போட்டு வைத்திருந்தார்கள். அதன் மத்தியில் சுருண்டு கிடந்து நாளெல்லாம் கண் இமைக்காமல் கொல்லையில் மூடப்பட்டு புழங்காமல் கிடந்த கிணற்றையே வெறித்துப் பார்த்துக்கொண்டே இருந்தாள். மனநிலை பிறழ்ந்தவளென ஒதுக்கி விட முடியாத அளவிற்குச்

சர்வ அமைதியுடனும் சிவப்பேறி வெறிக்கும் கண்களைத் தவிர எந்த மாற்றமுமில்லாத முதியவளாகவே தெரிந்தாள். ஆனால் யாராவது அந்தக் கிணற்றின் மூடப்பட்ட இரும்புத் தகரம் தெரியாத அளவிற்குப் பூசப்பட்டிருந்த திண்டின் மீது அமர்ந்தாலோ நடந்தாலோ சட்டென வெகுண்டு கத்தத் தொடங்கி விடுவாள்.

“கேக்குறேன்னு தப்பா எடுத்துக்காத ஸார்.. ஓம் பொஞ்சாதிக்கு என்னா நோவு.. எதுனா பேயி பிசாசு புடிச்சுக்கிட்டிருக்கா சொல்லுபா எனக்குத் தெரிஞ்ச பெரிய சாமியாரு ஒருத்தரு தாம்பரத்துல இருக்குறாரு. மந்திரிச்சு விபூதி போட்டாருன்னா குட்டிச் சாத்தான்லேந்து ரத்தக் காட்டேரி வரைக்கும் தெறிச்சு ஓடிப்போயிடும்.. யாருக்கும் தெரியாம காதுங்காதும் வச்சாமாரி இட்டுக்கினு வரவா? சொல்லு.”

கோபாலு பேசிக்கொண்டிருக்கும் போதே கீழே கிடந்த செங்கல் ஒன்றை எடுத்து கோபாலுவின் மண்டையின் மீது எறிந்தார் முருகானந்தம்.

“எச்சல நாயி வெளக்கம் கேக்குது பாரு சனியனே, கொஞ்சம் சிரிச்சு பேசுனா சரிக்கு சமானம் ஆகிடுவியோ.. ஈத்தர நாயே, நான் யாரு என்ன ஆளுன்னு தெரியாம எங்குடும்ப விஷயத்த அத்தனை பேரும் பார்க்கிற மாதிரி சத்தமா பேசுதுப் பாரு. பொறம்போக்கு நாயி.. நாயி.. நாயி.. இனிமே உன் மொகத்த இங்கன பாக்கவே கூடாது காசத்தூக்கி எறியுறேன். எலும்பக் கவ்வுற மாதிரி கவ்விக்கிட்டு போடா நாயே.. நாயே.. நாய்க்குப் பொறந்த நாயே.”

கிட்டத்தட்ட அவருடைய வெந்தாடி தோள்பட்டை வயிறு தொடைகள் எனச் சர்வமும் அதிரக் கத்தினார். கோபாலுவும் அவனுடன் வந்த அத்தனை பேரும் பேயறைந்தது போல உறைந்து நின்றார்கள். சில நொடிகள் கடந்தே கோபாலுவுக்கு ஒவ்வொரு வார்த்தையாக மீள் பிறழ் ஆனது. ஒவ்வொரு வார்த்தைக்கும் கோபப்பட்டான். கடப்பாறை அல்லது ஜாக்கியால் முருகானந்தத்தின் மண்டையைப் பிளந்து விடத் தேடினான். அவனது உடல் மொழியைப் புரிந்துகொண்ட வெங்கட், சங்கர் கோபாலுவை இழுத்துக் கொண்டு வெளியேறித் தெருவில் வந்த ஒரு ஆட்டோவில் அமுத்திப் போகச் செய்தனர்.

கிட்டத்தட்ட மூன்று மாதங்கள் தீர்ந்து போயிருந்தன. கோபாலு ஓரளவு சகஜ நிலைக்குத் திரும்பியிருந்தான். கறுப்பிற்குப் பகரமாக மைக் டைசன் என்று பெயரிடப்பட்ட நாயொன்றை வளர்க்கத் தொடங்கியிருந்த மகனிடம், "அத்த கறுப்புன்னே இஸ்த்தாதான் இன்னாவாம்.. என்ன இருந்தாலும் எங்கறுப்பு மாதி வருமாடா?" என்றான். செம்பட்டை நிறத்தினாலான மைக் டைசன் அவனுடைய கால்களை நக்கியது. உற்றுப் பார்த்துச் சிரித்துக் கொண்டான்.

முருகானந்தத்தின் மனைவி மரகதம் இறந்த செய்தியை இரங்கல் நோட்டிஸ் ஒட்டப்பட்ட சுவரில் சிறுநீர் கழிக்க ஒதுங்கிய போது கவனித்த கோபாலு, மனைவியிடம் மட்டும் தகவல் சொல்லிவிட்டு மரணவீட்டிற்குச் சென்றான்.

மிகப்பெரிய கூட்டத்தில் அவனை யாருமே கண்டுகொள்ளவில்லை. தன்னுடைய கைகளால் தூக்கி நிறுத்தப்பட்ட வீட்டினுள் நுழைவதைச் சற்று மிதப்பாக உணர்ந்தான். முருகானந்தத்தின் மூத்த மகள் அமெரிக்காவிலிருந்து வந்திருந்தாள். அவளுடைய இரட்டை மகள்கள் ஆங்கிலப் படங்களில் வரும் வெள்ளை கொழுகொழுச் சிறுமிகளைப் போல் வீடு முழுக்க ஓடிக் கொண்டிருந்தார்கள். வெள்ளைக்காரனுக்குப் பிறந்த மகள்களென ஊரார் புறம் பேசிக் கொண்டிருந்தார்கள்.

நடுக் கூடத்தில் மரகதம் கிடத்தப்பட்டிருந்தாள். அவளின் கால் புறத்தில் ஈஸிசேர் ஒன்றில் முருகானந்தம் அழுவதைப் போல் பாசாங்கு செய்து கண்களில் தீர்க்கமான நிம்மதியும் கடைவாயில் புன்னகையும் வழிவதை மறைக்க போராடிக் கொண்டிருந்தார். எல்லாவற்றையும் அமைதியாக வேடிக்கை பார்த்துக் கொண்டிருந்த கோபாலுவின் காதுகளில் மிகத் தெளிவாக அந்தக் குரல் கேட்டது.

"அடப்பாவிகளா.. கொலைகாரப் பாவிகளா... எங்கம்மாவையும் கொன்னுட்டிங்களேடா.. உங்க சங்காத்தமே வேணான்னு தானே தொலதூரமா தொலஞ்சுப் போனேன் இப்படி தலையில இடியத்தூக்கிப் போட்டுட்டிங்களேடா.. கொஞ்சம் கூட மனிதாபிமானம் இல்லாத மிருக ஜென்மங்கள் நீங்க தாண்டா.. டேய்.. மகாப் பாவி.. நீயெல்லாம் எங்கூடப் பொறந்தவனா!?.. ச்சீய், நீயும் அந்தாளும் சேர்ந்து செஞ்ச அநியாயங்களுக்கெல்லாம் உங்களுக்கு நல்ல சாவே வராதுடா. ஓடுற லாரியில அடிபட்டு

நடுரோட்டுல நசுங்கித்தான் போவீங்க.. ஐயோ.. அம்மா என்னப் பெத்தவளே.. நீ மட்டுந்தானே எனக்குன்னு இருந்து இவனுங்களோட போராடிக்கிட்டுக் கெடந்தே.. இப்ப நீயும் போயிட்டியே.. சரிம்மா.. சரிம்மா.. நீ நிம்மதியா தூங்கும்மா என் செல்லமே." மரகதத்தின் தலையைத் தடவியபடியே,

"அம்மா.. ம்மா.. அன்னிக்கு நடுராத்திரி இந்தக் கொலகாரப் பாவிங்க எம் பச்சக் கொழந்தய கதறக் கதற உயிரோட கிணத்துல தூக்கிப் போட்டானுங்களே.. அன்னிக்கே நானும் செத்துப் போயிருக்கணும்.. நீ தான் தடுத்துட்டே.. ஈரக்குல கருகிப் பெத்த வயிறு பத்திக்கிட்டு எரிய எரிய உனக்காக மட்டுந்தான் உயிரோட இருந்தேன்.. என்னிக்காவது நானும் கெணத்துல விழுந்துடுவனோன்னு கெணத்த மூடிப் போட்டானே ஓம் புருசன்.. அவன மட்டும் எப்பயுமே மன்னிக்க மாட்டேம்மா.. எங்கூடப் பொறந்த பரதேசிப் பய இந்த வீட்ட விக்கணுன்னு கையெழுத்துப் போடச் சொல்லி கெஞ்சினாம்மா.. நா போடலம்மா.. இவனுங்க புழுபுழுத்துப் போனாலும் இந்த வீட்ட விக்க விடமாட்டேம்மா.."

"டேய் இந்தப் பைத்தியக்காரி வாயப் பொத்தி உள்ளாரக் கூட்டிப் போங்கடா. அம்மையோட கிறுக்கு இவளுக்கும் புடிச்சிருக்குப் போல.. கற்பனைக் கதையா ஒளறிக் கொட்டுறா."

தங்கையின் வாக்குமூலத்தை நிறுத்த அண்ணன் உத்தரவிட்டான்.

"எம்புள்ள கெணத்துக்குள்ள நிம்மதியா தூங்கணும்னா இவனுங்களோட உயிர எங்கையாள எடுக்கணும். பாவி மனசு கேக்க மாட்டேங்குது.. இவனுங்கள மீறிப் போயி அப்துல்லாவ கல்யாணம் பண்ணிக்கிட்டேன்னு லாரிய ஏத்திக் கொன்னுப் போட்டானுங்க. அப்பயும் வெறி அடங்காம அப்துல்லாக்குப் பொறந்த புள்ளைய உயிரோட கெணத்துல போட்டு சாவடிச்சானுங்க.. இப்ப ஆண்ட்டனியோட புள்ளைகள பெத்துட்டு வந்திருக்கேன். இப்ப என்ன பண்ணுவானுங்களாம்.. மூஞ்சி மேல மீசை வச்ச ஆம்பளைங்கற நினைப்பு இருந்தா இந்தப் புள்ளைங்க மேல கைய வைக்கச் சொல்லும்மா.. டேய் ஈத்தரப் பயலே.. இப்ப வையுடா கைய.. ஆண்டனியோட துப்பாக்கிலேந்து குண்டு வெடிச்சு நீயும் உங்கப்பனும் சாகறத பாத்துட்டு நிம்மதியா எங்கம்மா போகட்டுண்டா."

கோபாலு விக்கித்து நின்றான். அத்தனை உண்மைகளும் கட்டவிழ்ந்த தருணம். ஆம்.. அத்தனை கேள்விகளுக்கும் பதில் கிடைத்த அற்புத தருணம்.. நூறு சாமிகள் தனக்குள் புகுந்து அருளேறியவனாகச் சிலிர்க்கத் தொடங்கினான். அன்றைக்கு வர மறுத்த அருள் இப்போது தெள்ளத் தெளிவாக ஏறியிருந்ததை உணர்ந்தான். வேட்டைக்குப் போகும் கறுப்பும் அவனையே சுற்றி வந்த கறுப்பனும் அவனுக்குள் இறங்கி உறுமத் தொடங்க கைப்பேசியை எடுத்தான்.

"ராபட்டு நல்லா கேட்டுக்கோ.. ஒரு சம்பவம் செய்யணும்.. இனிமேட்டிக்கு எந்தப் புடுங்கியும் பொறம்போக்கும் பொறப்ப வச்சு எந்த உசுரயும் புடுங்காத மாரிக்கி காவு வாங்கணும்டா.. கறுப்பனுக்குப் பசிக்கு ராபர்ட்டு.. ஆமா.. ப்ரேக்குப் புடிக்காத தண்ணி லாரி வேணும். எங்கறுப்பன் செத்த அதே சனிக்கெழமக்கி தான்.. இல்ல எங் கறுப்பஞ் சாவலடா கெணத்துக்குள்ள சாமியா நீந்திக்கிட்டு கெடக்குறான் ஆமா.."

●

யா ஹையூம் - யா கையூம்

“யாஆஆஆஆஆஆ
யாஹக் யாஹக் யாஹக்
யாஹக் யாஹக் யாஹக்
யாஹக் யாஹக் யாஹக்
யாஹக்கூ யாஹக்கூ யாஹக்கூஊஊஊ
யாஹய்யூம் யாகைய்யூம்
யாஹையூம் யாகையூம் யாஹையூம் யாகையூம்”

இரண்டு கைகளால் தனது இரண்டு மார்பிலும் மாற்றி மாற்றி அறைந்து ஒருத்தி கூக்குரலிட்டு வானத்தை நோக்கிக் கைகளை உயர்த்தி இறக்குகிறாள். வானத்திலிருந்து எதையோ வேண்டிக் கேட்பது போல் உயர்த்தி அதை யாரோ தந்துவிட்டது போல் நெஞ்சில் வாங்கிப் புதைத்துக் கொள்கிறாள். எனக்கு எதிர்ப்புறமாக அமைந்திருந்த வராண்டாவின் வலது மூலையிலிருந்து இரண்டாவதாகப் படுத்திருந்த பெண் இவள். தற்போது குத்திட்டமர்ந்து தன்னைத் தானே அடித்துக் கொண்டு அலறத் தொடங்கியிருக்கிறாள்.

அணில்கள் மரத்தில் ஏறும் போது அதன் வயிற்றுப் பகுதியில் ஓர் இடைவிடாத துடிப்பு இருக்குமே, அதை இவளது முதுகில் காண்கிறேன். மரப்பட்டையில் உரசுவதற்கு வாகாக உள்ளிழுத்து வெளியிடும் துடிப்பை முதுகுத்தண்டில் வெட்டிச் செல்கிறாள்.

சாதாரண உலகத்திலிருந்து தன்னைத் துண்டித்து விட்டவர்கள் தங்களுக்கென ஓர் உடல்மொழியைத்

தேர்ந்தெடுத்து வடிகாலாக வைத்துக் கொள்கிறார்கள். இவளின் அன்றாட நடவடிக்கைகள் வழியாக இவள் யாரென அறிந்து கொள்ளும் ஆர்வத்தைத் தூண்டிக்கொண்டே இருக்கிறாள்.

அவளுடைய ஈனஸ்வரக் குரல் மற்ற யாரையும் தொந்தரவு செய்யவில்லை. ஏனெனில் இந்த இடம் அப்படியானது. யாருக்குமே அவளின் குரலைக் கேட்கவோ அதைக் குறித்து விசனப்படவோ அவசியமிருக்கவில்லை. சிலர் மருந்துகளின் உதவியுடனும் சிலர் மாயைகளின் உதவியுடனும் தங்களை மறந்து கிடக்கின்றனர். இவளைப் போல இன்னும் சிலரும் அங்காங்கே பிதற்றிக் கொண்டு இருக்கிறார்கள் என்றாலும், இவள் கட்டுக் கடங்காத ஆக்ரோஷத்தில் இருக்கிறாள். என் வாழ்வில் நேரிடையாக நான் கண்ட உச்சபட்ச பிறழ் வலி இது தான்.

கண்கள் மட்டும் தெரியும் பர்தாவினால் மறைக்கப்பட்ட உருவமது, வெறும் கண்களால் ஒரு பெண்ணை எப்படிப் புரிந்து கொள்ள முடியும்?.. சில சமயங்களில் அவள் என்னை மட்டுமே வெறித்துப் பார்ப்பதாகத் தோன்றும் நான் நகரும் இடங்களுக்கெல்லாம் பின்பாகத் துரத்தும் விழிகளை இதற்கு முன்பு எங்கேயோ சந்தித்திருக்கிறேன். சாலை விபத்தில் காயப்பட்ட நாய்க்குட்டி ஒன்றிற்கு மருத்துவம் செய்த நண்பன் அதன் கால்களை இறுக்கமாகப் பிடித்துக் கொள்ள கேட்டுக் கொண்ட போது மறுக்க இயலவில்லை. எலும்பு தெரியும் அளவிற்கு ஒடிந்திருந்த காலின் மீது முதலுதவிக்காகக் கட்டுப் போட்டுக் கொண்டிருந்தான். வலியில் துள்ளும் கால்களை அழுத்தமாகப் பிடித்துக் கொண்ட போது அதன் கண்கள், "என்னை விட்டு விடு, என்னைப் பிழைக்கவை, என் வலிகளைப் போக்கு, என்னை ஆதரி, என்னை என் தாயின் காம்புகளில் பாலருந்த விடு" எனச் சொல்லிக் கெஞ்சின. ஆம் அதே விழிகளால்தான் இவளும் என்னை வாட்டியெடுக்கிறாள்.

முழுதாக ஏழு இரவுகள் கடந்துவிட்டன. ஒவ்வோர் இரவும் இதே வசனங்களுடன் இதே உச்சஸ்தாயிலில் தொடங்குகிறாள். அவளுடைய நடு இரவுகளை மூன்றாகப் பிரித்து வைத்திருக்கிறாள். முதலில் கோபத்தை இறக்கி வைக்கும் காளியின் தோரணையில் ஆணிலிருந்து மருகும் பெண்ணின் குரலில் ஓங்கிக் கூப்பாடிட்டுப் பேசுகின்றாள், பிறகு மலைக்

காட்டுக் குரங்குகள் தனது மரித்தக் குட்டியை இறக்கி விடாமல் பிதற்றுமே அந்த ஈனக்குரலில்,

“ஐயோ எந்தன் கைசேதமே

ஐயோ எந்தன் கைசேதமே

ஏய்ய் மக்கச் சீமானுவளா எம் புள்ளயக் கொண்டாந்து தாங்களேன்.. தூக்கி வச்சுக் கொஞ்சிப் பாலு கொடுக்கனும்லோ.. பாலு குடிக்காம பசிச்சுக் கத்துறது ஒம்ம செவுட்டுக் காதுகளுக்குக் கேக்கலியோ, பச்ச மண்ணு எம் புள்ள அழுவியழுவி இன்னுஞ் செவந்து போவுதுவே. தொண்டக் குழி காஞ்சு மசங்கிப் போயிடும்மோய்.. ஈவு இரக்கமில்லையா நீங்கள்ளாம் புள்ளக் குட்டி பெத்து வளக்கலயா

யா அல்லாஹ்

யா அல்லாஹ்... அல்லாவோட தண்டனைக்கு ஆளாவாதீயோ எம் புள்ள கதறுதே, யாராச்சும் தூக்கித் தாங்களேன் எண்ட ரஹ்மானே ஈரக்குல கருகுதே. கீ வயிறு கனத்துக் கெடக்கு மேலுக்கு, நோவுப் புடிக்க பாலு கட்டிப் போச்சே, நா என்னத்துக்கு இன்னும் ஹயாத் தோட கெடக்கேன் மௌத்துல் மலக்க இறக்கித் தாவேன் நாயனே..”

முதன்முதலாக இந்தக் குரலைக் கேட்கும் போது மின்சாரத்தைத் தொட்டது போல உடல் வெட்டிக் கொண்டேன். பதின்ம வயதையொட்டிய தோற்றத்தில் இருந்தவளின் எதிர்மறை செயல்பாடுகளை என்னால் ஏற்றுக் கொள்ள இயலவில்லை. நிச்சயமாக அவள் பருவமடைந்திருப்பாளா என்றுகூட சந்தேகமாக இருக்கிறது. மரப்பாச்சிக்குப் போர்வைப் போர்த்தியது போல் ஒடிந்து விழும் வளைவுகள். அவளுடைய குரலுக்கும் உருவத்திற்கும் எந்தச் சம்பந்தமுமில்லை.

இது இராமேஸ்வரத்திலிருந்து முப்பது கிலோ மீட்டருக்குள் இருக்கும் ஒரு கடற்கரையோர தர்கா (இஸ்லாமிய மக்களில் நல்லடியாருக்கான அடக்கஸ்தளம்) இங்கே சில அற்புதங்கள் நிகழ்கின்றதெனவும் பில்லி சூனியம் ஏவல் போன்ற சித்து வேலைகளைத் தீர்த்து வைக்கும் வைத்தியம் நடப்பதாகவும், நம்பிக்கை கொண்ட மக்கள் பாதிக்கப்பட்டவர்களை அழைத்து வந்து இங்கேயே நாள் கணக்கில் தங்கியிருந்து ஓரளவு தெளிவானதாக நம்பியவுடன் செல்கின்றனர்.

வெள்ளை வெளேரென்ற மணற்பரப்பையும் தெளிவான கடலையும் காண வரும் மக்கள் இந்தத் தர்காவைக் காணாமல் சென்றதில்லை. ஏர்வாடி, நாகூர், கோவளம், போன்று எல்லா விதமான மதத்தினரும் இங்கேயும் வருகின்றதால், கிட்டத்தட்ட இந்த இடமே கொஞ்சம் பரபரப்பாகத்தானிருக்கும். நம்பிக்கையும் தீர்மானங்களும் அவரவர்க்குக் கிடைக்கும் தீர்வுகளைப் பொறுத்தே அமைகின்றன.

ஆண்களுக்கு ஒரு புறமும் எதிர்த்தாற் போல் பெண்களுக்கும் என மண்டபம் போன்ற நீண்ட தரைத் தளம் இருக்கும். நான்கடி உயரத்தில் அமைந்த வராண்டாவில் தூண்களால் பில்லர் எழுப்பி மேற்கூரையை உயர்த்தி இருப்பார்கள். ஒவ்வொரு தூணின் அருகிலும் மனநிலைப் பிறழ்ந்தவர்களைச் சங்கிலியால் பிணைத்திருப்பதைக் காணலாம். சிலர் சாதாரணமாகவே இருப்பார்கள். இங்கே யார் பிறழ்ந்தவர், யார் தெளிவானவரென்பது சமயங்களில் குழப்பத்தில் ஆழ்த்திவிடும்.

எனக்கென உறவுகள் யாருமில்லை. எனக்கு முலைப்பால் கொடுத்த முகத்தைத் தேடவுமில்லை அவளுக்கு என்னைக் கொடுத்த முகத்தை நாடவுமில்லை. எங்கே எப்போது எப்படி பிறந்தேனென்று தெரியாமலேயே வளர்ந்துவிட்டதால் எல்லோரிடத்திலும் யாரையாவது தேடுவது ஓர் அலாதி பழக்கமாகிவிட்டது. என் வயது எத்தனையென்பதுகூட துல்லியமாகத் தெரியாது. நானாக ஓர் இலக்கத்தை உடலின் மீது போர்த்திக் கொண்டேன். இடது காலில் ஆறு விரல்களோடு பிறந்ததால் மட்டுமே என்னைப் பெற்றவள் விட்டுச் சென்றதாகப் பொய்யாக நம்பிக் கொண்டேன். நானாகப் படித்தேன் நானாக வளர்ந்தேன்.

வருடத்தின் ஆறு மாதங்கள் பணம் சேர்க்க ஓடிக் கொண்டிருப்பேன். தெரிந்த தொழில்கள், கற்ற வேலைகள் அனைத்தையும் செய்வேன். மாடு மேய்ப்பதும், வாகனங்களைப் பழுது பார்ப்பதும், சுற்றுலாப் பயணிகளுக்கு கைடாக இருப்பதும், சமையல் செய்து தருவதும், வண்டி ஓட்டுனராகச் செல்வதும் என பெரும்பாலான பணிகளைச் செய்து விடுவேன்.

ஓரளவு போதுமான தொகை சேர்ந்தவுடன் ஊர் சுற்றக் கிளம்பி விடுவேன். வடக்கிலிருந்து தொடங்கிப் பயணப்பட்ட பகுதியில் இப்போது தென்னாட்டில் இருக்கிறேன். ஒவ்வொரு

தளத்திற்கேற்றாற் போல் பெயர்களைப் புனைந்து கொள்வேன் இப்போது என் பெயர் அஹமது. அசோக்கிற்கும் அஹமதிற்கும் எந்த வித்தியாசமுமில்லை பசியும் பிணியும் சூழாத வாழ்வைக் கேள் மனிதா என்பதுவே என் கோட்பாடு.

இந்தத் தர்காவின் நுழைவாயில் அருகே தேநீர்க் கடை வைத்திருக்கும் முத்து வாப்பாவுடன் அடிக்கடி பேசிக் கொண்டிருப்பேன். முத்து வாப்பா பழுத்தக் கதை சொல்லி. ஐம்பது சதவீத சொந்தக் கற்பனைகளை நிஜங்களுடன் பிசைந்து கதைச் சொல்லுவார். மலபார் கட்டு புகைந்து மணக்கும். உதட்டின் ஓரமாகப் பீடியைப் பற்ற வைத்து அது பாதி எரியும் வரை தாடியைச் சொறிந்துகொண்டே புருவம் சுருக்கித் தனக்குள் ஒத்திகை செய்துகொள்வார். அதில் எதைச் சொல்ல வேண்டும், எதைச் சேர்க்க வேண்டும், எதைத் தவிர்க்க வேண்டும் என எல்லாமே அடங்கிவிடும். செருமலோடு, "தம்பி அஹமது நீ நம்பமாட்டே" என்றே தொடங்குவார். நான் நம்பியாக வேண்டிய கட்டாயத்தை உணர்த்தும் ஒப்பந்தம் அது. அடிக்கடி கைலியை உதறி, மீண்டும் மடித்து அடிவயிறு வரை சுருட்டிக் கட்டிக் கொள்வார்.

முத்து வாப்பாவிடம் அந்தப் பெண்ணின் மீது எனக்கான ஈடுபாட்டைக் குறித்துக் கூறியபோது, சில நொடிகள் உற்றுப் பார்த்துவிட்டு, "இதெல்லாம் ஆவுறதுக்கில்ல.. வந்தோமா பாத்தோமா போனோமா எண்டு போயிடனும். அதவுட்டுப் போட்டு மடியிலயே சிக்கிக்கிட பாக்குதியளா.. சீக்கிரமே இந்த இடத்தை விட்டு தூரமாப் போயிடு தம்பி. இல்லாங்காட்டி அவ ஒன்னய உடமாட்டா பாத்துக்க" என்று சொன்னார்.

வாரணாசி, காசி, அஜ்மீர், ஹாஜி அலி அப்பா தர்கா போன்ற வடமாநிலங்களைச் சுற்றித் திரிந்திருந்த போதே இந்தத் தர்காவைப் பற்றி கேள்விப் பட்டிருந்தேன். என்னைப் போன்ற நாடோடி நண்பர்கள் அடிக்கடி தென்மாவட்டங்கள் என்பது தோண்டத் தோண்ட அதிசயங்களைத் தரும் அற்புத ஊற்றெனப் பேசிக் கொண்டார்கள். தமிழ்நாட்டின் இயற்கை எழிலோடுக் கூடிய புண்ணியத் தளங்களும், இது போன்ற நிவாரணம் தருமென்ற நம்பிக்கைகளும் ஆச்சரியமாக இருந்திருக்கிறது. அப்போதெனக்குத் தோன்றிய ஆர்வம் இன்றளவும் நீடிக்கிறது.

இப்பெண் இன்னுமொரு அதிசயம். அவளது விசும்பல் இப்போது தனது வீரியத்தைக் குறைத்துக் கொண்டது இன்னும் சற்று நேரத்தில் விடிந்து விடும் இது தான் அவளின் முக்கியத் தருணம். தனது இரண்டு கைகளையும் சோம்பல் முறிப்பதுப் போல மேலே இழுத்துச் செல்கிறாள். இரண்டு கைகளையும் உள்ளங்கையோடு பிணைத்துப் பின் மண்டை வழியாக முதுகு வரை இறக்கி, சர்ப்ப நடனமாடும் பெண் போல வளைந்து நெளிந்து முழங்கால்களைக் குத்திட்டு அழத் தொடங்குகின்றாள். சட்டெனச் சாலையோர சர்க்கஸ் சிறுமியைப் போன்று அந்தக் கைவளையத்திற்குள் தன் முழுவுடலை நுழைத்து மறு வழியாக வெளியேறிவிடுவாள்.

இவளுடைய இரவுகளின் இந்த மூன்று வாக்குமூலங்களையும் அதன் தீர்ப்புகளையும் யாரிடம் முறையிட்டுப் பெற்றுத் தருவது, இவளுக்கு எப்படியாவது உதவி செய்தாக வேண்டுமென எனக்கேன் தோன்றுகிறது எனத் தெரியவில்லை.

முதலில் ஒருமுறையேனும் அவள் முகத்தைப் பார்த்தாக வேண்டும். எப்படி இருப்பாள் உடைந்த பீங்கான் குடுவையைத் தார்ச்சாலையில் உராய்க்கும் போது ஒரு சப்தம் வருமே அதைப் போன்ற குரலுக்குரிய முகம் எப்படி இருக்கும்.

“ஹாராம் ஹராம் ஹராம், ஹராமிகளா, நரகத்துக்குப் போவியோ நாசமாப் போறவுகளா, அன்னிக்கு மழவுட்டப்பாடில்ல கேட்டியளா பொட்டலாப் போன இடியும், மின்னலும் வயித்துக்குள்ளாவ எறங்கி எங்கதிய வெட்டிப் போட்டிச்சு. பிண்டம்னு சொன்னாவோ, துண்டம்னு சொன்னாவோ, புள்ளன்னு சொல்லக் கொரலில்லையே, கொடலோடக் கொடலா எம் புள்ள என்னியப் பாத்துச்சு, கண்ண அசச்சுக் கெஞ்சிச்சு, கால அசச்சுக் கெஞ்சிச்சு, செய்யும் பூரானும் புடுங்கித் திங்க, மண்ணோடு மண்ணாப் பொதச்சுப் போட்டாக, பொட்டலாப் போவானுக பொட்டலாப் போவானுக..”

அசந்து தூங்கிவிடுவாள். அடுத்த இரவு வரை அவளுக்கு எதுவும் தெரியாது, மூத்திர வாடையோடு கந்தத் துணிப் போலவே கிடப்பாள். அவளின் தேவைகளைக் கவனித்துக் கொள்ள முதிர்ந்த கிழவியொருத்தி எப்போதாவது தடிக்கம்பை ஊன்றிய படி வந்துச் செல்வாள். அவளைக் கழிவறைக்கு அழைத்துச் சென்று குளிக்க வைத்து, தலை துவட்டி, பின்னலிட்டு,

யாரும் காணாத முகத்திற்கு பவுடர் பூசி, மீண்டும் பர்தாவை அணிவித்துத் தரதரவென இழுத்து வந்து தூணில் சங்கிலியைப் பிணைத்துக் கட்டி விடுவாள். தான் கொண்டு வந்த உணவை அவளுக்கு ஊட்டிவிட்டு, சங்கிலியால் உராய்ந்திருந்த கைப் புண்ணில் தேங்காய் எண்ணெயைத் தேய்த்துத் தடவி விட்டு அவளைப் படுக்க வைத்துவிட்டுச் சென்று விடுவாள்.

நாட்கள் நகர்ந்ததேயன்றி அவளுடைய இரவுகள் அமைதியடைந்ததாகத் தோன்றவில்லை. தர்காவிலிருந்து சில அடிகள் நடந்தால் போதும், தெளிந்த நீரோடை போன்ற கடற்கரையில் கால் நனைக்கலாம். அலைகள் இல்லாத கடலோரத்தில் கடலுக்குள் மிதக்கும் பாசிகளை, மீன்களைச், சிப்பிகளைத் தெளிவாகப் பார்ப்பது மனதிற்கு இனம் புரியாத அமைதியைத் தரும். தமிழகத்தின் மிக முக்கிய கடற்கரை இது. உலகிலிருந்து பிடுங்கி வேறொரு தீவினுள் கிடப்பது போல கடல் பார்த்துக் கிடப்பேன்.

பொதுவாக எந்த ஓர் இடத்திலும் குறிப்பிட்ட சில நாட்களுக்கு மேல் தங்கிவிட மாட்டேன். எனக்கென நிரந்தர அங்கீகாரத்தைக் கொடுக்காத பிறப்பின் மீதும், பெற்றவள் மீதும் நான் காட்டும் கோபத்தின் அடையாளமாக, எனக்கென அடையாளத்தை ஏற்படுத்தாமல் இருக்க வேண்டுமென முடிவு செய்து வைத்திருந்தேன். அதன்படி நான் செல்லும் இடங்களில் யாராவது என்மீது அன்பு காட்டினாலோ, ஆதரவு வைத்தாலோ உடனுக்குடன் அந்த இடத்திலிருந்து புறப்பட்டு விடுவேன். ஆனால் இந்த இடத்தை விட்டுப் புறப்பட்டுவிடுவென எச்சரிக்கை வந்த பிறகும், புறப்பட மனமற்று ஏன் கிடக்கிறேன் என என்னயே கேட்டுக் கொள்கிறேன்.

அன்று பௌர்ணமி இரவு, மனம் வழக்கத்திற்கு மாறாகத் தறி கெட்டு ஓடியது. வானம் பிஞ்சுப் பாதங்களைப் போன்று சிவந்து கீழிறங்கிக் கடலுக்குள் நுழைந்தது. கடல் ஓர் அன்னையைப் போல் வானத்தை மார்போடு அணைத்துக் கொண்டது. கடலுக்குள் வாழும் அத்தனை ஜீவராசிகளும் இன்றிரவு ஒன்றோடொன்று பகைமை இன்றி ஆரத் தழுவிக் கொள்வதாகத் தோன்றியது. தூரத்தில் நெளியும் பாய்மரப் படகிலிருந்து மீனவன் அனைத்து மீன்களையும் கடலுக்கே திருப்பித் தருகிறான். கடற்கரையில் காத்திருக்கும் அவன் மனைவி நிறைமாத வயிற்றைத் தடவிய படி அவனைப் பார்த்துப்

புன்னகைக்கிறாள். அவள் வயிற்றிலுள்ள சிசு என்னிடம் பேச முற்படுகிறது. நான் என்ன என்று கேட்கிறேன். அது என்னை, “போ போ” எனச் சொல்கிறது. எனக்குப் புரிந்துகொள்ள முடியவில்லை அதற்குள் அவள் தனது புடவையால் வயிற்றை மூடிக் கொள்கிறாள்.

நூறாண்டுகளுக்கும் மேலாகக் கடற்கரையில் கிடப்பதாகச் சொல்லப்பட்ட தடித்த மரத்தின் வேர், எனது பாதங்களை உரசி உரசிக் கீறியது. வெடுக்கென எழுந்துப் பார்த்தேன். அதை உற்றுப் பார்க்கும் போது ஆறு விரல்களாகத் தெரிந்தன. மண்டைக்குள் ஏதேதோ சிந்தனைகள் ஓடின. என் உடல் என் பிடிமானத்தை விட்டு நழுவி ஓர் வனாந்தரத்தில் மிதந்தது. என் கைகளால் பிடித்திழுக்க அது ஆன்மாவை உடனழைத்து வர மறுத்து, மரணிக்கக் கேட்டு உயரத்திற்கு எவ்வியது. நான் உச்சத்தில் ஏறிப் பிடரியைப் பிடித்து வலுக்கட்டாயமாக இழுத்து வந்தேன்.

சில நொடிகள் காட்சிகள் உறைந்து பின் உடைந்து அந்தக் கிழவியிடம் ஓடி வந்தேன். அவளைப் பிடித்து உலுக்கி அப்பெண் குறித்த தகவல்களைச் சொல்லென வற்புறுத்தினேன்.

“அத்தா அந்தப் புள்ள மலேயாச் சீமப் புள்ள. எங்கூட்டுக்காரரரு பாக்கக் கூடாத எடத்துல பாத்துப் போட்டு கம்மாயப்பட்டு இதக் காப்பாத்துனும்மொன்னு கூட்டாளியக் கூட போயி தப்பிக்க வச்சுட்டாவோ, அங்கனவுள்ள யாரோ சேதி சொல்லி சுத்திப் போட்டு கையத் துண்டாக்கி முச்சந்தில வீசிட்டாவோ, அப்பயும் இதக் காட்டிக் கொடுக்காம கப்பக்காடி ஏறியெறங்கி ரெண்டு பொறைக்கு முந்தித் தான் உசுரக்கையில புடிச்சுக்கிட்டு வந்து சேர்ந்தாவோ.”

“ரெண்டு பொறைன்னா ரெண்டு மாசமா பாட்டி.”

“ஆமத்தா ரெண்டு மாசந்தேன் ஆவுது, போன தேப்பொறையில் அவுக மௌத்தாகிட்டாவோ (விசும்புகிறாள்) இது யத்தீமாகிடுச்சு. கல்பு கெட்டு ஒய்யாம கத்திக்கிட்டே கெடந்திச்சு. ஹசரத்த வச்சு ஓதிப் பாத்தோம். யாருக்கும் ஒன்னும் வெளங்கல, எம் புள்ளைகலால இத ஏத்துக்க ஏலவுமில்ல.. ஊட்டவுட்டு தொறத்திப் போச்சுவோ இத்தாவுல இருந்தும் எனக்கு மனசு தாங்கலத்தா, அதுதான் வூட்டுக்குத் தெரியாம வந்து பாத்துட்டுப் போவுதேன்.. ஹ்ம்ம் நாம பேசுறது இவளுக்குப் புரியாது,

இவள்ட மொழியு யாருக்குந் தெரியாது எங்கன பொறந்து எப்படி வளந்திச்சோ, இங்கன வந்து நாய்ப்படாத பாடுபடுது. நாந்தேன் ஆயிசான்னு பேரு வச்சி கூட்டியாந்து சேத்தேன். சீனியப் பாத்தேன் சரி செய்யனும். அல்லாவோட கிருபைய அளவூடு செய்ய முடியுமா, அதுக்கு ஆயிசான்னா என்ன அனிதான்னா என்ன."

"பாட்டி என்ன சொல்றீங்க இவளுக்கு.. இவங்களுக்கு தமிழ் தெரியாதா..''

நாக்கு ஒட்டிக் கொண்டு வார்த்தை வெளி வரவில்லை. பாட்டி பேசிக் கொண்டிருக்கும் போதே கண்கள் இருட்டி நாக்குச் சுழற்றித் தொண்டைக்குள் ஏதோ சுழல, என்னை நானே பாறாங் கல்லைப் போல் சுமந்து இன்ச் இன்ச்சாக நகர்ந்து அவளிடம் சென்றேன். உறங்கிக் கொண்டிருந்தாளென நினைத்து அருகில் சென்றேன். அவள் உடல் சில்லிட்டிருந்தது உதடுகள் பிதுங்கி விரைத்திருந்தன, கண்கள் நிலைக்குத்திக் கிடந்தாள். கால்களை வலுக்கட்டாயமாக இழுத்து மடியில் கிடத்திச் சங்கிலியை நகர்த்திக் காலுறையைக் கழற்றினேன்.

இரண்டு கால்களிலும் ஆறு ஆறு விரல்கள்.

துருப்பிடித்தக் கருவறை

கி.பி.2375 மே 18

காலை ஐந்து மணி.

அது ஓர் இரண்டாம் தர அபார்ட்மெண்ட்.

எண்பத்தொன்பதாவது மாடியில் அறுபத்தி நான்காம் அறையில் விளக்கு எரிந்து கொண்டிருந்தது. வாட்டர் பெட்டில் புரண்டுப் படுத்தாள் தியா, தூக்கம் கலைந்த எரிச்சலோடு அடிவயிற்றில் ஏதோ வித்தியாசத்தை உணர்ந்தாள். சில நாட்களாகவே உடல் சற்று வேறுபட்டுத் தெரிகிறது. சோர்வின் அடையாளங்களைக் கண்டுபிடிக்க முடியவில்லை. வேலைகளில் ஈடுபட முடியாதவாறு உடல் அசமந்தமாக இருப்பதைக் கவனித்து அதற்கான காரணத்தை அறிய விரும்பினாள்.

தன்னுடைய மருத்துவ ரீசார்ஜ் கார்டை எடுத்து பரிசோதிக்க நினைத்துக் கொண்டாள். அடுத்தமுறை மருத்துவரிடம் செல்லும் போது அடிக்கடி சிறுநீர் கழிக்க உந்துவதைக் குறிப்பிட வேண்டும் என்று எண்ணிக் கொண்டே கழிவறையில் அமர்ந்தாள்

பீப் பீப் எனக் கழிவறை அலாரம் அலறியது வெடுக்கென எழுந்தவள், வெஸ்டர்ன் டாய்லெட்டின் மேலுள்ள சென்சாரை நிறுத்திவிட்டு அதன் மேல் பகுதியில் பதிந்துள்ள ரிப்போர்ட் என்னும் தொடுதிரையை விரல் நுனியால் தடவினாள்.

‘நீங்கள் உங்கள் சிறுநீரை உடனடியாக பரிசோதிக்கவும்’ என்றிருந்தது.

இதுவரை ஒருமுறைகூட இப்படிச் சொன்னதில்லை. கலக்கத்துடன் மருத்துவப் பேழையைத் திறந்து சிறிய கண்ணாடிக் குடுவை ஒன்றை எடுத்து ஃபைபர் உறிஞ்சியில் நிரப்பப்பட்ட சிறுநீர்த் துளிகளை கால்குலேட்டர் வடிவில் இருந்த எலக்ட்ரானிக் சாதனத்தின் மேற்கு மூலையில் உள்ள துளையில் செலுத்தினாள். சரியாக முப்பது நொடிகளுக்குப் பின் அதன் பச்சை நிற விளக்கு எரிந்தது. அந்தச் சிறிய சாதனத்தின் தொடுதிரையில் எழுத்துக்கள் பளிச்சிட்டன.

இரத்த அழுத்தம் _ நார்மல்

இனிப்பு _ நார்மல்

தண்ணீர் அளவு _ நார்மல்

மூளை சூடு _ நார்மல்

எடை _ நார்மல்

பித்தம் _ நார்மல்

மொத்த அறிக்கை 93% ஆரோக்கியம் நல்ல நிலை.

கூடுதல் தகவல், நீங்கள் கர்ப்பமாக இருக்கிறீர்கள் இன்றோடு நாற்பத்திரண்டு நாட்கள், ஏழு மணிநேரம் உங்கள் குழந்தை ஆரோக்கியமாக உள்ளது. நன்றி.

எலக்ட்ரானிக் பேழையை நிறுத்திவிட்டு நெற்றியில் விரல்களால் தேய்த்துக் கொண்டாள். இது `எதிர்பாராத ஒன்று. இனி வாழ்க்கையே தலைகீழாக மாறும். கொஞ்சம் கொஞ்சமாக டென்ஷன் ஏறியது. ஹீட்டர் ஸ்விட்ச் அழுத்திக் குளித்தாள். மனதிற்குள் கேள்விகள் நெடு மரமாய் வளர்ந்தது. ஆடை மாற்றிக் கொண்டு வேகமாய் வெளியேறினாள்.

அறுபத்திநாலாம் எண் விரைவு இரயிலில் ஏறி, நான்கே நிமிடங்களில் யுகாவின் அறையை அடைந்தாள். அறையின் பாதுகாப்பு எண்ணை அழுத்தித் திறந்து உள்ளே நுழைந்தாள்.

உறக்கத்தின் பிடியில் இருந்த யுகாவை அடித்து எழுப்பினாள்.

“கெட் அப் யுகா.”

அசதியோடு எழுந்தவன் கெட்ட வார்த்தையொன்றை பிரயோகித்து அவளிடம் திரும்பினான்.

“என்னாச்சு தியா.”

“ஐ யாம் பிரக்னன்ட்.”

“சோ..”

“எனக்கு இந்த பேபி வேண்டாம் லெட் அஸ் அபார்ட் இட்.”

“தட்ஸ் யுவர் பிஸ்னஸ் என்ன ஏன் டிஸ்டர்ப் பண்றே.”

“பிகாஸ் ஆப் யு.”

“நான் தான் காரணம்னு எப்டி சொல்ல முடியும் ஹா ஹா.”

“இடியட் லாஸ்ட் சிக்ஸ்மன்த்ஸ் நான் உன் கூட மட்டும் தான்.”

“போதும் இந்த விளக்கமெல்லாம். நான் என்ன பண்ணனும் சொல்.”

“என் கூட வா ஹெல்ப் மீ ட்டு டெஸ்ட்ராய் இட்.”

“சரி பத்து நிமிஷம் டைம் கொடு வரேன்.”

அடுத்த இருபத்தி நான்காம் நிமிடத்தில் மருத்துவர் ஃபைபங்கின் முன்பு இருந்தனர். தியாவின் முழு பரிசோதனை ரிப்போர்ட்டை ஸ்கானிங் செய்துவிட்டு தற்போது கருக்கலைப்பு செய்ய முடியாதெனவும், மீறிச் செய்தால் தியாவின் உயிருக்குத் தீங்கெனவும் ஸ்க்ரீனில் படம் போட்டு விளக்கினார். தியா விரும்பினாலும் வெறுத்தாலும் கர்ப்பத்தைச் சுமந்துதான் ஆக வேண்டுமென்பது உறுதியான பிறகு தியா அரசின் கர்ப்ப கால நேரடி கட்டுப்பாட்டுக்குள் பதிவு செய்யப்பட்டாள்.

அரைமணி நேரத்திற்குப் பின் மருத்துவரின் அறைக்கு குட்டி ரோபோ ஒன்று வரவழைக்கப்பட்டது. மருத்துவர் ஃபைபங் தனது கையிலுள்ள சாதனத்தில் தியாவின் ரேகையைப் பதிவு செய்தார். அதன்படி தியா அரசாங்க விதிமுறைகளுக்குள் உட்படுத்தப்பட்டாள் அதன் சட்டங்களாக. கர்ப்ப காலத்தில் தியா சாப்பிடக் கூடியவை கூடாதவை பட்டியல், பத்துமாத காலத்திற்கு அவளின் தற்போதைய பணி துண்டிக்கப்படுகிறது

எனவும், கண்டிப்பாக லிக்கர் ஸ்மோகிங் தொடவே கூடாதெனவும், உடலுறவு தடுக்கப்படுகிறதெனவும், எழுதியிருந்தது. மேலும் பயணங்கள், பார்ட்டிகள், ஆட்டம் அனைத்தும் தடை செய்யப்பட வேண்டுமெனவும். கர்ப்பம் முடியும் பத்தாம் மாதம் வரை ரோபோ அருகிலேயே இருந்து தியாவிற்கு உதவிகள் செய்து கொடுக்கும் எனவும் எழுதி இருந்தது.

இந்த அறிக்கைகளின் கீழ் தியாவின் கைரேகை பதிவு செய்யப்பட்டது.

"உங்களுடைய அறிக்கை அரசாங்க பதிவில் சேர்த்தாகிவிட்டது. உங்களின் ஒத்துழைப்பில் குறை இருந்தால் கடுமையாகத் தண்டிக்கப்படுவீர்கள்" என எச்சரித்து அனுப்பினார்கள்.

தியா வெறுப்புடன் ரோபோவை அழைத்துக்கொண்டு அறை திரும்பினாள்.

நாட்கள் வேகமாக நகர்ந்தன. தியாவின் வயிறும் வளரத் தொடங்கியது. பிடிக்காத ஒன்றைத் தீண்டியது போல எரிச்சலுடன் நாட்களை எண்ணினாள். ஒவ்வாமையின் காரணமாக வாந்தி எடுத்தாள். உடலில் ஏற்பட்ட மாற்றங்களை அவள் விரும்பவில்லை. மார்பில் கசிந்த திரவத்தால் உடல் பிசுபிசுக்க, கோபமாக ஆடைகளை மாற்றிக் கொண்டே இருந்தாள்.

ரோபோவிற்கு பெப்பி என்று பெயரிடப்பட்டது. சுத்திகரிக்கப்பட்ட உணவு அவளுக்குப் பிடிக்கவில்லை. இரண்டு முறை லிக்கர் அருந்த முயற்சித்து ரோபோ பெப்பியால் தடுக்கப்பட்டாள்.

ரோபோ பெப்பி தியாவின் தோழனைப் போல் பழகியது. கதைகள், பாடல்கள் சொல்லி அவளைப் பார்த்துக்கொண்டது. நல்ல புத்தகங்களைப் படிக்க வைத்தது. மென்மையான விஷயங்களைக் கற்றுக் கொடுத்தது.

யுகாந்திர மௌனங்கள் ஒரு மனிதன் தன்னைத் தானே சுத்திகரிக்க அல்லது பரிசோதிக்கத் தேவைப்படுகிறது. மௌனம் சமயங்களில் எதிர்மறையான ஆயுதம், அது தன் உயிரை நறுக்கித் தட்டில் வைத்து தனக்கே பரிமாறிக் கொள்ளும் அல்லவா?

தியாவின் தனிமையும் அப்படியான ஒன்றாக மாறத் தொடங்கியது. தன்னை மீட்டாக வேண்டிய கட்டாயத்தில் இருந்தாள், அவளுக்கு வேறு வழியில்லையென அறிந்தாள்.

உயிரற்ற ஒரு ரோபோவிடம் பேசினாள், அது பதில் சொல்லியது ஆனால், அது அவளுக்கான பதில்கள் அல்ல. பதிவு செய்யப்பட்ட பதில்கள். அதை மீறி அங்கே ஒன்றும் இருக்காது உணர்வுகளைக் காலாவதியாக்கிவிட்ட காலம் இது.

தியா வயிற்றில் குழந்தையின் அசைவை அறியத் தொடங்கியிருந்தாள். இணையத்தில் கண்ட கேட்ட தகவல்களின் படி இந்த உணர்வு ஆத்மார்த்தமாக இருப்பதாகத் தோன்றியது. தொட்டியில் மிதக்கும் மீன் குஞ்சுகளின் நெளிவை ஒத்த அசைவாக இருந்தது. தனது உள்ளங்கையை அடிவயிற்றில் அழுத்தி எடுத்தவுடன் குழந்தை அதே இடத்தை முட்டிச் சென்றது. மீண்டும் மீண்டும் அதைச் செய்து கருவுடன் விளையாடிச் சிரித்துக் கொண்டாள்.

சில நாட்களில் கருவோடு பேசத் தொடங்கினாள் "உன்னால் தான் எனக்கிந்த சிறை வாழ்க்கை. எப்போ நீ வெளில வந்து தொலையப்போறே சீக்கிரம் வா என் சந்தோஷத்தைத் திரும்பக் கொடு எனக்கு உன்னைப் பிடிக்கவில்லை, அருவருப்பாக இருக்கிறது. என்னைப் பொறுத்த வரை நீ ஒரு வியாதி. உன்னை என் உடல்லேந்து பிடுங்கி எறிஞ்சுட்டு நான் பழைய மாதிரி ஆகணும் அப்போ தான் நிம்மதி."

ரோபோவிடம் தனக்கேற்பட்ட மாற்றத்தைச் சொன்னபோது, ரோபோ தனது திரையில் வயிற்றுக்குள் நடப்பதை ஸ்கேனிங் செய்து காட்டியது. கர்ப்பத் தடாகத்தில் மிதக்கும் தாமரை போன்ற கரு இவள் பார்வைக்கு வேறு மாதிரி தெரிந்தது.

"ச்சீய் போதும் நிறுத்து பார்க்கவே பிடிக்கவில்லை."

ரோபோ நிறுத்திக் கொண்டது. அவளுக்கு எந்த ஒரு நிமிடத்திலும் குழந்தையைப் பிடிக்கவில்லை என்ற ரிப்போர்ட்டைப் பதிவு செய்தது.

எட்டாம் மாதத்தில் ஒரு நாள் ரோபோட் பெப்பியின் செயல்பாடுகள் வித்தியாசமாக நிதானமாக இருந்தது. ரோபோட்டுகளின் அலுவலகத்திற்குத் தகவல் கொடுத்த சில நிமிடங்களில் ரோபோ பழுது பார்க்கப்பட்டது.

துருப்பிடித்தக் கருவறை | 115

அடுத்த நாள் தியாவிற்குக் காலை உணவு கொண்டு வந்த பெப்பியிடம், "நீ இல்லாம சிறிது நேரத்திலேயே நான் ரொம்ப டென்ஷன் ஆகிட்டேன் ஐ மிஸ் யு" என்றாள்.

"தியா நீங்கள் விரும்பினால் எனது கருத்துக்களைக் கூறுவேன்.. அனுமதிப்பீர்களா?"

"யெஸ் பெப்பி.. நீ தான் இப்போதைக்கு எனக்கிருக்குற ஒரே ஃப்ரண்ட், ஃபாமிலி எல்லாமே, சொல்லு கேட்கிறேன்."

"எனக்கு விந்தையாக இருக்கிறது. நான் ஒரு எலக்ட்ரானிக் டிவைஸ் உயிரில்லாத இயந்திரம் என் மீது வைத்திருக்கும் அபிப்பிராயங்களை ஏன் உணர்வுகள் உள்ள உங்கள் மனிதர்களிடம் இல்லை. இன்றைய சமூகத்தில் ஒருத்தருக்கும் உண்மையாக ஒருவருமே இல்லை உங்களுக்காக அழுவதற்கும், சிரிப்பதற்கும், வருந்துவதற்கும், சிந்திப்பதற்கும் ஒருவருமே இல்லை. நேசம், பாசம், மனிதாபிமானம் எதுவுமே இல்லை. இன்னும் சில வருடங்களில் நீங்கள் எங்களுக்குத் தேவைப்படவே மாட்டீர்கள். அதன் பிறகு நாங்களும் அழிந்து விடுவோம். ஓசோனில் கிழிந்த பகுதியைத் தைத்த இடத்தில் மீண்டும் விரிசல் விழுந்துள்ளது. இயற்கை என்ற ஒன்று அழிந்துவிட்டது. மிருகங்கள் எண்ணிக்கை விரல் விட்டு என்னும் அளவில் தான் உள்ளது. பறவைகள் என்ற ஒன்றைப் பற்றி உங்களுக்குத் தெரியுமா? வானம் முழுவதும் விமானங்கள் போல பறக்கும் ஓர் உயிரினம்.

இதை விட அவமானம் உங்கள் கழிவு நீரைத்தான் சுத்திகரித்து நீங்கள் குடிக்கிறீர்கள். உலகின் அனைத்து பாகங்களும் குறுகிவிட்டன. ஜனநாயகம், ராணுவம் ஆண்ட நிலை போய் இன்று உயிருள்ள உங்களை இயந்திரங்களாகிய நாங்கள் ஆள்கின்றோம். மென்மையான எந்த இயல்புகளும் இல்லை. நீங்கள் பணத்தை நேசிக்கிறீர்கள், உங்களின் முப்பது நாற்பது வருட ஆயுட்காலத்தைப் போதைகளில் செலவிடுகிறீர்கள், கர்ப்பப்பை இல்லாமல் பிறந்திருக்க வேண்டிய நீங்கள் ஹார்மோன் சிகிச்சை மூலம் கர்ப்பப்பையைச் செயலிழக்க வைக்கிறீர்கள். தூங்கி எழுவது போல காமம் கொள்ளும் நீங்கள் உருவாக்குவது எல்லாம் குழந்தைகள் என்ற பொம்மைகள் மட்டுமே. உங்களுக்கும் அவர்களுக்கும் எந்தப் பிடிப்பும் இல்லை.

இப்படியொரு வாழ்க்கை உங்களுக்கு ஏன் விதிக்கப்பட்டது என்று உணராமலேயே வாழும் அற்ப உயிர்கள் நீங்கள்.

கடவுள் என்ற வார்த்தையைக் கேள்விபட்டிருக்கிறாயா உன்னைப் பொறுத்தவரை கடவுள் நாங்கள்தான் ஆனால் ஆயிரம் வருடங்களுக்கு முந்தைய வரலாறைப் படித்தால் உண்மைகள் தெரியும். உங்களுக்குச் சில உண்மைகள் தெரியக் கூடாது என்பதற்காகவே கல்விப் பாட அமைப்பில் இருந்து வரலாறு என்ற பாடத்தையே நீக்கி விட்டார்கள் நீங்கள் உயிருள்ள மெஷின்களாகவே ஆகிவிட்ட்டட்ட்ட் ...”

பேசிக்கொண்டிருக்கும் போதே ரோபோ பெப்பியின் இதயப் பகுதியிலிருந்து புகை வந்தது, அவசர அலாரம் அடிக்க இரண்டாவது நிமிடத்தில் ரோபோ பெப்பி அலுவலக ரோபோக்காளால் அப்புறப்படுத்தப்பட்டது. அந்த இடத்தில் பணிபுரிய ஒரு புது ரோபோ வேலைக்கமர்த்தப்பட்டது.

“சிரமத்திற்கு மன்னிக்கவும் அந்த ரோபோவின் உடலில் மிகவும் பழமையான சிப் ஒன்றின் வைரஸ் தாக்கியுள்ளதால் அது வெடித்துவிட்டது” என்றது.

தியா குழப்பத்தோடு உறங்கினாள். ரோபோ சொன்னதை அவளால் சரியாகக் கணிக்க முடியவில்லை ஆனாலும் மூளைக்குள் அந்த வார்த்தைகள் ஓடிக்கொண்டிருந்தன.

வயிற்றைத் தடவிப்பார்த்தாள். இப்போது அவள் உள்ளங்கையில் உரசிய குழந்தையின் ஏதோ ஒன்று இனம் புரியாத உணர்வைக் கொடுத்தது அப்படியே தூங்கிப் போனாள்.

தியா அவள் வயிற்றோடு சந்தோஷமாகப் பேசத் தொடங்கினாள். குழந்தைகள் புகைப்படங்கள் வீடியோக்கள் பார்த்துப் பரவசமாகினாள். ரோபோவின் தொடுதிரையில் ஸ்கானிங் செய்து ரசித்தாள். இப்போது அது அவளுக்கு அருவருப்பாக இல்லை. சந்தோஷக் கண்ணீரைத் தொட்டுப் பார்த்தது ரோபோ.

பிரசவ நேரம் நெருங்க தியா வலியில் துடித்தாள். “இத்தனை ஆயிரம் ஆண்டுகளில் பூமியில் மனிதன் என்னென்னவோ மாற்றங்களைச் செய்தான் ஆனால் இந்தப் பிரசவ வலிக்குத் தீர்வாக எதையும் கண்டுபிடிக்க முடியவில்லை தானே? பிறகு என்ன அறிவியல்..” செவிலி சொல்லிக்கொண்டே பிரசவ தளத்திற்கு இட்டுச் சென்றாள். சிறிது நேரத்திற்கெல்லாம்

மருத்துவரும் ரோபோவும் சேர்ந்து தியாவின் குழந்தையைச் சிரமப்பட்டு வெளிக் கொணர்ந்தார்கள். தியா அசதியில் மயங்கிக் கிடந்தாள்.

தியா கண்விழித்தபோது ரோபோ அவளுக்கு மருந்தும் தண்ணீரும் கொடுத்தது. தியா எழுந்து அமர்ந்து தண்ணீரைக் குடித்து மருந்தைத் தின்று ஆசுவாசமானாள். வயிற்றில் பாரம் குறைந்த உணர்வு. தடவிப் பார்த்தாள். குழி பதித்தது போல் வற்றி இருந்தது. இனம் புரியாத வலியோடு ரோபோவிடம்,

"என் குழந்தை" என்றாள்

"உங்களுக்குப் பெண் குழந்தை நான்கு கிலோவில் பிறந்தது. ஆரோக்கியமாக உள்ளது. அது இப்போது அரசுக் குழந்தைகள் காப்பகத்தில் பத்திரமாகச் சேர்க்கப்பட்டுவிட்டது. அரசுச் சட்டம் 21317இன் படி நீங்கள் இப்போதிலிருந்து தன்னிச்சையாகச் செயல்படலாம். உங்கள் முந்தைய அலுவல்கள் உங்களைத் தேடி வரும். யாருடனும் காமம் வைத்துக் கொள்ளலாம்."

"என் குழந்தை.."

"அதைப் பற்றி நீங்கள் யோசிக்க வேண்டாம். உங்களுக்கும் அந்தக் குழந்தைக்கும் இனி எந்தச் சம்பந்தமும் இல்லை. உங்கள் மீதுள்ள பிடி தளர்த்தப்பட்டுவிட்டது. உங்கள் மார்பில் சுரக்கும் பால் நிற்பதற்கும் மருந்து செலுத்தப்பட்டிருக்கிறது. இன்னும் சில நிமிடங்களில் அது நின்றுவிடும். என் பணியைச் சரிவர செய்திருக்கிறேன் என்று நம்புகிறேன். என் நேரமும் முடிந்துவிட்டது நன்றி."

தியா வெற்று மார்பைத் தடவியபடி மீண்டும்,

"என் குழந்தை" என்றாள்.

ரோபோ அந்த அறையின் கதவைத் திறந்து வெளியேறியது.

மூப்பங்காளை

மூப்பன் இறந்துவிட்டார். கொங்கு மண்டலத்திலிருக்கும் ஆனைக்கட்டியிலிருந்து பத்து நிமிடத் தொலைவில் நாற்பது ஐம்பது குடும்பங்களுடன் தனித்து வாழும் ஆதிவாசிகளின் தலைவர் மூப்பன் அதிகாலை நான்கு மணியளவில் இறந்துவிட்டாரென்ற தகவல் ஆனைக்கட்டி வரைப் பரவியது.

மூப்பனின் மரணத்திற்கு அவருடைய கூட்டத்து உறுப்பினர்கள் உள்பட பலரும் மகிழ்ச்சியை வெளிப்படையாக பகிர்ந்து கொண்டனர். கிட்டத்தட்ட பழுத்த ஆலமரத்தின் கிளைகளை வெட்டி விற்பனைக்கு அனுப்பும் மகிழ்ச்சியாக அது இருந்தது. ஆலமரத்தின் வேர்களுக்கு அமிலம் ஊற்றும் முயற்சியும் தடபுடலாக எடுக்கப்பட்டது.

நூற்றியிரண்டு வயது மூப்பன் நேற்று வரை நடமாட்டத்துடன் இருந்தார் என்பதே இக்கால அதிசயமாகப் பேசப்பட்டிருந்தது. கறுத்த பாறாங்கல்லை நடுப்பாதியாக வெட்டினால், சற்றுக் கலங்கிய பளபளப்புடன் நடுவில் காட்சியளிக்கும் தோற்றம் தான் மூப்பனின் உடல் வண்ணம். கறுகறுவெனச் சுருண்டு கிடந்த முன் நெற்றி முடியைப் பற்றியும் வளையமாகச் சுருட்டி வைத்த மீசையைப் பற்றியும் பெருமை பேசிக் கொண்டிருந்த கடைசி சாட்சியான மருதாயிக் கிழவியும் பத்து வருடங்களுக்கு முன்னமே காலமாகியிருந்தாள். மூப்பன் காலத்திற்குப் பிறகு பிறந்தவர்களின்

பெயர்கள் கூட காலாவதியாகி இருந்தன. மூப்பனுக்கு மட்டும் வயோதிகமும் நோய்மையும் வரவேயில்லை.

மூப்பனுக்கு மூன்று மனைவிகள் இருந்தார்களென்றும் ஆளுக்கு இரண்டு பிள்ளைகளைப் பெற்றார்களென்பதும் கதையாகத் தான் அறியப்பட்டிருந்தது. பெயர் தெரியா வியாதிக்கு ஒன்றன் பின் ஒன்றாக மூன்று பிள்ளைகளும், வயது மூப்பு காரணமாக மனைவிகளும் இறந்து போயிருந்தனர். இரண்டாம் மனைவிக்குப் பிறந்த இளையவன் மொச்சைக்கு நாட்டு வைத்தியத்தில் ஆர்வம் ஏற்பட்டு காடுகளில் மருந்து சேகரிக்கிறேன் என்று அடிக்கடி காணாமல் போய்விடுவான். அப்படிப் போனவன் திரும்பி வராமல் போகவே அவனை இறந்த கணக்கில் வைத்து படையலும் போட்டுவிட்டார்கள்.

மூன்றாம் மனைவிக்குப் பிறந்த முதல் மகன் வேம்பையன் விளையாடிக் கொண்டிருந்த சிறார்களின் மேல் பாய்ந்த சிறுத்தைப் புலியுடன் சண்டையிட்டு சிறுத்தையைக் கொன்று காப்பாற்றினான். ஆனால் அதில் ஏற்பட்ட காயங்கள் நாளடைவில் சீல் பிடித்துக் குளிர்க் காய்ச்சலில் இறந்து போயிருந்தான். இரண்டாவது பெண் காட்டு இலாகா அதிகாரியுடன் காதல் கொண்டு ஊரை விட்டு ஓடிப் போயிருந்தாள். அன்றிலிருந்து மூப்பனின் பதவிக்கும் மரியாதைக்கும் சொந்த கூட்டத்திலிருந்தே போட்டியும் கேள்விகளும் பிறக்கத் தொடங்கின. மூப்பனைச் சுற்றிலும் எதிரிகள் வளரத் தொடங்கியிருந்தாலும் யாருக்கும் மூப்பனிடம் நேரிடையாகக் கேட்கவோ சண்டையிடவோ தைரியம் இருக்கவில்லை. அதற்கும் காரணம் இல்லாமலில்லை.

ஒரு காலத்தில் மூப்பனின் சொல்லுக்கு மனிதர்கள் உள்பட காட்டு விலங்குகளும் தலையசைத்த வரலாறு இருந்தது.

மின்சாரம் வருவதற்கு முந்தைய காலத்தில் மூப்பன் துடிப்பான இளைஞனாக இருந்தபோது, காடா விளக்கின் உதவியுடன் பெண்கள் கருக்கலில் ஒதுங்குவதற்காகச் சிறுவாணி ஆறு வளைந்தோடும் பகுதிகளுக்குச் செல்வார்கள். அப்போது காட்டு யானைகளின் வரத்து அதிகமாக இருந்தது. பெண் வாசனையை அறிந்து சில பெண்களை மிதித்துக் கொன்ற நிகழ்வுக்குப் பிறகு மூப்பன் தானே பயிற்றுவித்த யானையைக் கொண்டு காட்டு யானைகளைக் கட்டுக்குள் கொண்டு வந்தார்.

மூப்பன் யானையை வளர்த்த கதையையும் காட்டு யானைகளைக் குரல் வழியே அடக்கியக் கதைகளையும், வழி வழியாகப்

பெருமை பதிவாகச் சொல்லக் கேட்டிருக்கிறார்கள். மூப்பன் யானைக்குக் கரியன் என்று பெயரிட்டிருந்தார். கரியனைக் குட்டியாகவே காட்டிலிருந்து எடுத்து வந்ததாகவும், பள்ளத்தில் விழுந்த கரியனின் தாய் யானையை மூப்பனின் தந்தை உதவியால் காப்பாற்றி இருந்ததால் மூப்பனின் குடும்பத்திற்காகவே பிள்ளையை விட்டுக் கொடுத்திருந்தது எனவும் கதைகள் நீண்டன.

கரியனுக்கு மூப்பன் மிகத் தெளிவாகத் தன்னுடைய குரலால் மட்டுமே பயிற்சி கொடுத்திருந்தார். அடித்தொண்டையை இறுத்தி நெஞ்சிலிருந்து எக்கி காற்றைக் குரலாக்கி விதவிதமான சப்தங்களுடன் கரியனுக்குக் கட்டளைகளைப் புரிய வைத்தார். பாதுகாப்புக்கு மட்டுமின்றி பிரயாணத்திற்கும் நகரங்களில் இருந்து பொருட்கள் வாங்கி வருவதற்கும் ஆதிவாசிகளின் கல்யாணங்களில் மாப்பிள்ளையை அழைத்து வருவதற்குமெனக் கரியனைப் பல வகைகளில் பயன்படுத்திக் கொண்டார். கரியனுக்கு நீண்டு வளைந்த தந்தங்களும் நீளமான தும்பிக்கையும் இருந்தன. சராசரிக்குச் சற்று உயரமான கரியன் நின்ற இடத்திலிருந்தே பலாப்பழங்களை, இளநீரைப் பறித்துப் போடுவதில் உதவியாக இருந்தான்.

கரியன் செத்துப் போனதிலிருந்தே மூப்பனும் பாதி மரணித்திருந்தார். திடகாத்திரமான கரியன் புதிதாகப் போடப்பட்ட மின்சார வேலியைக் கடந்து போகையில் அதிக மின்சாரம் தாக்கியதால் துடிதுடித்துச் செத்துப் போயிருந்தது. அப்போது மூப்பனின் கூட்டத்தில் இருநூறுக்கும் மேற்பட்ட குடும்பங்கள் வாழ்ந்து வந்தனர் அவர்கள் அனைவருக்கும் செல்லப் பிள்ளையான கரியனின் மரணம் அவர்களைத் தாங்காத் துயரில் ஆழ்த்தி இருந்தது. பெண்கள் தங்கள் பனிக்குடம் உடைந்ததைப் போல் அழுது புரண்டனர். கரியனின் உடல் அதீத மின்சாரத்தினால் கரிந்து புகை நிற்காமல் வந்து கொண்டே இருந்தது. ஆண்கள் மஞ்சளை மலையாகக் கரைத்து கரியனின் மேல் ஊற்றினர். குங்குமத்தாலும் திருநீற்றாலும் கரியன் அலங்கரிக்கப்பட்டு ஊருக்கு மத்தியில் மிகப்பெரிய குழியை வெட்டி வேப்பிலை குவியலால் குழியை நிரப்பிக் கரியனை மேள தாளத்துடன் அடக்கம் செய்தனர்.

கரியன் மரணித்து நாற்பது வருடங்களுக்கு மேலாகி விட்டது. இன்றைய தலைமுறையினருக்குக் கரியனின் கதையை வீரம் புகட்டச் சொல்லப்படும் புராணங்களைப் போல் சொல்லி

வளர்க்கின்றனர். கரியனைப் புதைத்த இடத்தில் அடர்த்தியான ஆல மரமும், புங்கை, வேப்ப மரங்களும் பூத்துக் குலுங்க அதைச் சுற்றிலுமுள்ள சிமெண்ட் திண்டிலில் தான் மூப்பன் மக்களோடு அமர்ந்து பேசுவதையும் ஊருக்குப் பொதுவான முடிவுகளை எடுப்பதையும் வழக்கமாகக் கொண்டிருந்தார்.

கிட்டத் தட்ட நடைபிணமாகிய மூப்பனை மீட்டெடுத்தது காளையன் தான். காளையன் பிறந்த உடனேயே தாய்ப் பசுவைக் கரியனைக் கொன்ற அதே மின்சார வேலி தின்று விட, அநாதையாய்ப் பாலுக்குக் கதறிய கன்றை மூப்பன் தூமை இரத்தத்துடன் தோளில் போட்டுக் கொண்டு வந்து மனைவியிடம் கொடுத்துத் தாய்ப்பால் கொடுக்கச் சொன்னார். மூப்பனின் மனைவியிடம் பால் குடித்து பிள்ளையாகவே வளர்ந்த காளை, மூப்பனைப் போலவும் கரியனைப் போலவும் திடகாத்திரமாக இருந்தது. கரியனே மீண்டும் பிறந்து வந்ததாக மூப்பன் நம்பிக்கை கொண்டான். பழைய கம்பீரத்துடனும் காளையனைத் தன்னுடனேயே எங்கு சென்றாலும் அழைத்துச் சென்றான். காளையனின் கழுத்தில் கட்டப்பட்டிருந்த சலங்கைச் சத்தமும் புஸ்புஸ்ஸென்ற மூச்சும் மூப்பன் வருவதைக் குறிக்கும் குறியீடுகளாகவே ஆகியிருந்தன.

கரடி, மான், மலையாடுகளென அடுக்கடுக்காக மின்சாரம் தாக்கி உயிரிழந்தன. இரண்டு வாலிபர்கள் மதுபோதையில் வேலியைத் தாண்டச் சென்ற போது மின்சார வேலியை மிதிக்க தூக்கியெறியப்பட்டுக் கரிக்கட்டையாகச் சாய்ந்தனர்.

அச்சம்பவத்திற்குப் பிறகு மூப்பன் தன்னுடைய மக்களுக்காகத் தனியார் நிறுவனத்திற்கு எதிரான எதிர்ப்பை ஊர் மக்களுடன் சேர்ந்து போராட்டமாக உருவாக்கினார். அரசு அதிகாரிகளிடம் தனியார் நிறுவனங்களுக்கு எதிராக மனு கொடுப்பதும் தனியார் நிறுவனங்களுக்குச் சொந்தமான விடுதிகளை அடித்து, உதைப்பதுமாகப் போராட்டத்தினை வலுபடுத்திக்கொண்டே இருந்தார். முதலாளிகள் வழக்கம் போல பலவீனமான மக்களைப் பணத்தினால் வசியப்படுத்தினர்.

மூப்பனைப் போன்ற சொற்ப மக்கள் மட்டுமே தங்கள் நிலத்தின் மீதான உரிமையை விட்டுக் கொடுக்காமல் முதலாளித்தனத்திற்கு எதிராக உறுதியாக நின்றனர்.

நாளடைவில் ஆனைக்கட்டியைச் சுற்றிலுமுள்ள இயற்கை எழில் கொஞ்சும் பிரதேசங்கள் ஐந்து நட்சத்திர விடுதிகளாகவும், சுற்றுலா வாசிகளைக் கவரும் நாகரிகத் தளங்களாகவும் மாறியிருந்தன. ஆதிவாசிக் கூட்டத்தின் குரல் தொகை கணிசமாகக் குறைந்திருந்தது. கல்வி கற்பதற்காகவும், வேலை வாய்ப்புகளுக்காகவும் அவர்கள் நகரங்களுக்குக் குடிபெயர்ந்தனர். இளைய தலைமுறையினரில் பலருக்கும் மூப்பனின் போராட்டம் அர்த்தமற்றதாகத் தோன்றியது. அவர்கள் தங்கள் இடங்களை முதலாளிகளின் வியாபார மூளைச் சலவைக்கு ஏற்பக் கையெழுத்திட்டனர்.

மூப்பனின் மரணம் அந்த மட்டிலும் பலருக்குக் கொண்டாட்டமாக ஆனது.

“பெருசு போயிடுச்சுன்னு சொன்னதும் நெசம்மா நம்பலடா.. டாக்டர் வந்து கண்பர்ம் பண்ணுனங்காட்டியும் தான நம்புனேன்.”

“நெம்ப ஆட்டம் போட்டுருச்சுங்கண்ணா.. ஆணையக் கட்டி மேய்ச்சேன் பூனையக் கட்டி மேய்ச்சேன்னு ஒரே பெருமப் புராணந்தான்.”

“அவனவன் ஏரோப்ளேனப் புடிச்சு அமெரிக்காவுக்கும், ஆப்பிரிக்காவுக்கும் போயிட்டு இருக்கான். இந்தக் கிறுக்கரு மண்ணப்புடிச்சு தொங்கனுன்னு ரவுசு பண்ணிக்கிட்டிருந்தாரு.. கடவுளாப் பாத்து நம்ம ரூட்ட கிளியர் பண்ணிட்டாரு..”

“அதானே எம்முட புள்ளய ஆறுமாசத்துக்கு முன்னாடி சிங்கப்பூரு மாப்பிள்ளைக்குப் பேசி முடிச்சுட்டேன். கல்யாண செலவுக்குக் காசு தேவப்பட்டுச்சு அவ்ளோ பெரிய தொகைய யாரு தூக்கித் தருவா சொல்லு.. சரி நம்ம நெலத்து வித்துப் போடலாமுன்னுட்டு அந்த கம்பெனிக்காரனப் பாத்துப் பேசிட்டு வந்தா, கூட்டத்துல நிறுத்திக் கிழி கிழின்னு கிழிச்சு தொங்கவுட்டுட்டாரு. எம்முட மானம் மருவாதி எல்லாம் போச்சு.. கழுத அதுப் போனாக் கூடப் பரவால்ல, சிங்கப்பூரு மாப்பிள்ள கையவுட்டு போயிட்டாரு.. பெரும் வேதனயாப் போச்சு.”

மூப்பனின் சடலத்தைச் சுற்றிலும் ஆங்காங்கே நின்று கொண்ட மக்கள் வெளிப்படையாக மூப்பனை குறை பேசினார்கள்.

காளையனுக்கு ஓரளவு மூச்சற்ற மூப்பனின் உடலைக் குறித்துப் புரிந்திருந்தது. மூப்பனின் கால்களுக்கருகிலேயே படுத்தபடி நடக்கும் காரியங்களைப் பார்த்துக் கொண்டிருந்தது. கடந்த மூன்று நாட்களாகவே காளையனுக்கு மூப்பனின் மரணம் குறித்து முன்னமே தகவல் சொல்லப்பட்டது போல் நடந்து கொண்டிருந்தது.

ஒரு நொடி கூட தனித்து விடாமல் அவர் போகும் இடமெல்லாம் ஒட்டிக்கொண்டு போய்க்கொண்டும் வந்துகொண்டும் இருந்தது. முந்தைய இரவு மூப்பன் காளையனுக்கு வைத்த உணவைக் கூட அது சாப்பிடவில்லை. வித்தியாசமாகக் கத்தித் தனது வேதனைன்யைச் சொல்லிக் கொண்டிருந்தது.

மூப்பனின் உடலுக்குக் காரியம் செய்ய மூத்த பூசாரியை வரவழைத்திருந்தார்கள். அவர் மூப்பனுக்குச் செய்ய வேண்டிய காரியங்களை தனது இரண்டு உதவியாளர்களுடன் சேர்ந்து துரிதமாகச் செய்து கொண்டிருந்தார்.

காற்றைக் கிழித்தபடி நீண்ட வெளிநாட்டுக் கார் வந்து நின்றது. அதிலிருந்து இறங்கிய நான்கு நபர்களும் ஊர்க்காரர்களில் சிலரை அருகில் அழைத்துப் பேசியபடி மூப்பனின் சடலத்தருகே வந்து பூசாரியிடம் தள்ளி நிற்குமாறு சொல்லிவிட்டு மூப்பனின் கைரேகையை வெற்றுப் பத்திரத் தாள்களில் எடுக்க பெருவிரலில் மையைத் தடவினார்கள்.

“ஏய் என்னய்யா பண்ணுறிங்க.. கேக்கறதுக்கு ஆளில்லைன்னு முடிவே பண்ணிட்டிங்களா..”

“அடப்பாவிகளா.. அவரு எப்படிப்பட்ட வாழ்க்கைய வாழ்ந்த மனுஷன், அவருக்கு எதிரா நீங்களா கைரேகைய எடுக்குறிங்களே.. உசுரோட இருந்தப்ப நிக்க முடியாத நாய்ங்க செத்துப் போனதும் மேல ஏறிப் புடுங்குதாம் கணக்கா.. உருப்படுவிங்களா..”

“இங்காருங்க மூப்பரு எங்க கொலசாமி.. நீங்க இப்படி கள்ளத்தனம் செய்ய நாங்க சம்மதிக்க மாட்டோம்.. ஒங்கட பேச்சுக்கும் காசுக்கும் மயங்கின பயலுக அங்கன நிக்கிறானுங்க, அவனுங்க கிட்ட போயி இன்னும் என்னத்தையெல்லாம் புடுங்க முடியுமோ புடுங்கிக்கிட்டு நடுரோட்டுல நிக்க உடுங்க.. அத்தப் போட்டுட்டு எம்மட மூப்பரு கைரேகைய எடுக்குறதெல்லாம் நடக்காது.. நாங்க பாத்துப்போட்டு சும்மா நிக்க மாட்டோம்.. டேய் குமாரு போலீசுக்குப் போன் போடுடா.. பாத்துக்குவோம்.”

“யோவ் என்னடா மூப்பரு மூப்பருன்னு ஓவரா ஆடுறிங்க அவரு தான் ஒரேடியாப் போயி சேந்துட்டாருல்ல.. இருக்குற வரைக்கும் தான் ஒங்கள உருப்படவுடல்ல. போராட்டம் அது இதுன்னு நம்ம ஊர வளரவுடாம குண்டுச் சட்டியிலயே வச்சிருந்தாரு.. இனியாச்சும் பொழச்சுக்குற வழியப் பாருங்க.. சார் ரொம்ப பெரிய ஹோட்டல் கட்டி நம்ம சனங்களுக்கு வேலை தருறேன்னு சொல்லியிருக்காராம்.. இவ்ளோ பெரிய எடத்துல மூப்பரு எடம் மட்டுந்தான் மத்தியில இருக்கு. அத விக்க மாட்டேன்னு எடஞ்சலா நின்னாரு.. நல்லவேளயா அவருக்குன்னு வாரிசுக் கிறுக்கனுங்க இல்லாம போயிடுச்சு.. இதுக்குப் பெறகு இந்த இடத்த யாரு எடுத்தா ஒங்களுக்கு என்ன..?”

“என்ன மகேசு செமத்தியா வெளியூர்க்காரன்கிட்ட வாங்கிட்ட போலிருக்கே.. கொடுத்த காசுக்கு மேலயே கூவுறீரு.. மூப்பரு செத்துட்டாலும் அவரு வார்த்தயும் வாக்குஞ் சாவலடா.. ஒருநாளும் ஒருபோதும் அவரு எடத்துலேந்து ஒரு பிடி மண்ணக் கூட இவனுங்களுக்குத் தர மாட்டாரு.. நாங்களுந் தர விடமாட்டோம்..”

“யோவ் பெருசு.. புரிஞ்சுக்காம பேசாதய்யா.. இந்த ஒரு எடத்தால கோடிக்கணக்கான பணத்தப் போட்டுட்டு தொழில் செய்ய முடியாம கஷ்டப்பட்டு நிக்குறாய்ங்க.. அந்தாளு கைரேகைய வச்சு நெறய குடும்பம் நல்லமாதிரி வாழப் போவுது. அதுவும் நம்ம ஆளுங்களுக்குத் தான் முன்னுரிமைன்னு சொல்லியிருக்காங்க.. நீங்கள்ளாம் வாழ்ந்து முடிச்சுட்டீரு.. எங்களப் போல ஆளுங்கள பொத்திக்கிட்டு இருந்து நிம்மதியா வாழவுடுங்கய்யா..”

“ஆமாண்டா தம்பி.. அவன் அப்படியே உங்க எல்லாருக்கும் கலெக்டரு வேலயப் போட்டுக் கொடுப்பான்னு கனா கண்டுக்கிட்டுக் கெடங்க.. ஒங்க நெலத்தப் புடுங்குனவன் கால நக்கித்தான் கஞ்சி குடிக்கப் போறிங்க பாரு.”

“ஆங் அதெல்லாம் நாங்க பாத்துக்குறமுங்கோ எங்க பொழப்புல மண்ணள்ளிப் போடாம ஒதுங்கி நில்லுங்க போதும்.”

பேச்சுவார்த்தை சிறிது சிறிதாகச் சண்டையாக மாறியது. அதிகமான மக்கள் மூப்பனின் இடத்தைத் தனியார் நிறுவனத்திற்கு வாங்கிக் கொடுக்க ஆதரவாகக் குரல் கொடுக்க

மூப்பனின் ஆதரவாளர்கள் என்ன செய்வதென்று தெரியாமல் திகைத்து நின்றனர்.

இறுதியில் மூப்பனின் உயிரற்ற உடலின் விரலிலிருந்து ரேகை எடுக்கப்பட்டு, நிலத்தை அபகரித்தத் திருப்தியுடன் முதலாளியின் கைக்கூலிகள் புறப்பட்டுச் சென்றார்கள்.

மூப்பன் புதைக்கப்பட்ட மூன்றாம் நாள் அதிகாலையில் நட்சத்திர விடுதிக்கு அடிக்கல் நாட்டத் திட்டமிட்டிருந்தனர். அதற்கு முந்தைய இரவை ஓர் உயிர் அறுகும் குரலால் தன்வசப்படுத்தி இருந்தான் காளையன்.

மூப்பன் புதைக்கப்பட்ட இடத்தில் கழுத்து அறுக்கப்பட்டு குற்றுயிராகத் துடித்துக் கொண்டிருந்த காளையனைக் காண மக்கள் திரண்டிருந்தனர். காளையனின் ரத்தம் முழுவதும் நிலத்தில் வடிந்து சிவப்பு பூமியாகக் காட்சியளித்தது. கால்களால் பூமியைப் பிராண்டித் துடித்துக் கொண்டிருந்தது. கிட்டத்தட்ட மிகப்பெரிய போராட்டத்திற்குப் பிறகு வாயில் நுரை தள்ள காளையன் மடிந்து சரிந்தான்.

பூமி பூசை போட வந்தவர்கள் காளையனின் உடலைத் தொடத் தயங்கினார்கள்.

“என்ன பாக்கறிங்க சீக்கிரமா இதைத் தூக்கிப் பொதச்சுட்டு பூசப் போடற வேலையப் பாருங்க பாஸ். வீட்டிலேந்து கௌம்பிட்டாங்க. குடும்பத்தோட வந்துட்டுருக்காரு.. அவரு கண்ணுல இதெல்லாம் பட வேண்டாம்.”

“இல்ல தம்பி.. எங்களால இதுக்குப் பொறகு பூசப் போட முடியாது.. காளமாடு காவு வாங்கியிருக்கு.. உசுருக்குப் போராடிச் செத்துப் போனத நீங்களேப் பாத்திங்கள்ள இங்கன இனி என்ன செஞ்சாலும் உருப்படாது.. எங்கள அனுப்பி வையுங்க.”

“யோவ் என்னய்யா சொல்லுற.. கோடிக் கணக்குல இன்வெஸ்ட் பண்ணிட்டு ஹோட்டல் கட்டற கனவோட மொதலாளி வந்துட்டு இருக்குறார். இப்படி ஒரு தடங்கல் வந்துடுச்சுனா ரொம்ப டென்ஷனாயுடுவார்யா.”

“அதெல்லாம் உங்க பிரச்சனை தம்பி.. இதே போலத்தான் நாலஞ்சு வருஷத்துக்கு முன்னாடி, காரக்குடியில ஒரு மொதலாளி சொல்லச் சொல்ல கேட்காம துணிக் கடையத் தொடங்கினாரு.. பாம்புக் கடிச்சு, பசுமாடு செத்த மண்ணுன்னு சொல்லியும்

கேக்காம தொழிலத் தொடங்கினாரு. அப்புறம் என்ன ஆச்சு தெரியுமா? ஏழு மாசங் கூடத் தாண்டல.. கடனுக்கு மேல கடன வாங்கி நட்டப்பட்டு கடங்காரங்களுக்குப் பயந்து தலமறவாவே போயிட்டாரு."

"சாமி நீங்க சொல்றது எனக்குப் புரியாமலில்ல.. ஆனா கொஞ்சம் எங்க நெலமையையும் யோசிச்சு பாருங்க.. எதாவது சொல்யூசன் இருக்கா? அதாவது பரிகாரம் அது இதுன்னு.."

"இல்ல தம்பி.. அப்படியே இருந்தாலும் மனுஷ உயிருன்னா அதுக்கு என்ன ஆச, என்ன தேவைன்னு தெரிஞ்சு நெறவேத்திடலாம்.. இது அஞ்சறிவுள்ள சீவன்.. சாவும் போது வலியில துடிக்கும் போதும் என்ன பண்ணிச்சுன்னு பாத்திங்கள்ள, காலால பூமியப் பொராண்டி இது எம் மண்ணு யாருக்கும் தர மாட்டேன்னு சொல்லாம சொல்லிட்டுத் தான் செத்துப் போச்சு.. அதுமட்டுமில்லாம கடைசிச் சொட்டு ரத்தம் வடியுற வரைக்கும் உசுரக் கையில புடிச்சுக்கிட்டு கெடந்திச்சு, ஏன் தெரியுமா அந்த ரத்தம் ஊறுன மண்ணை ஒரு போதும் நீங்க சொந்தங் கொண்டாடக் கூடாதுன்னு தான்."

"சாமி என்னென்னவோ சொல்லுறிங்க எனக்கு என்ன பண்ணுறதுன்னே தெரியல."

"என் அனுபவத்துலச் சொல்லுறேன் தம்பி உங்க மொதலாளிக்கிட்ட அப்படியே சொல்லிடுங்க.. காசு பணம் எப்படி வேணா சம்பாதிச்சுக்கலாம். ஆனா உயிர் போச்சுன்னா திரும்ப வராது.. காளை மாட்ட கடவுளா வழிபட்ட சமூகத்துலேந்து ஒரு காளமாடு நோவினையோட செத்துப் போயிருக்கு ரத்த வாடைகூட இன்னும் போகல கவுச்சி வீசுது.. அங்கனப் பூச செய்ய எங்களால ஆவாது ஆள விடுங்க."

கரியன் புதைக்கப்பட்ட குழியில் மூப்பனை அடக்கம் செய்திருந்தார்கள்.. அதே குழியை மீண்டும் தோண்டி மூப்பனின் மக்கிப் போகத் தொடங்கியிருந்த உடலின் அருகில் காளையனைக் கிடத்தி அடக்கம் செய்தார்கள். அந்த இடத்தை மூப்பனை ஏமாற்றிக் கையகப்படுத்திய நிர்வாகிகளிடம் அடக்கம் செய்வதற்கு மட்டும் அனுமதி தருமாறு மூப்பனின் ஆதரவாளர்கள் கோரிக்கை வைத்து அனுமதி பெற்றிருந்தார்கள்.

மிகப் பெரிய கரியனின் எலும்புக் கூட்டுக்குள் மூப்பனும், மூப்பனின் தேகத்தை உரசிய காளையனும் ஆக்ரோஷமாக

எழுந்து வருவதைக் கனவு கண்டதாக ஊர்க் கிழத்தி ஒருத்தி சொல்லிச் சென்றாள். அதே கனவைத் தானும் கண்டதாகப் பால்காரர் தம்பையாவும், தேங்காய் உரித்துப் போடும் சடையனும், மெக்கானிக் கடை வைத்திருக்கும் மாரியும் சொல்லிக் கொள்ள ஊருக்குள் மூப்பனின் ஆவி உலாவுவதாகப் பேச்சு படர்ந்தது.

பணம் படைத்த முதலாளிகளுக்குப் பணத்தால் எதையும் வாங்கிவிட முடியுமென்ற நம்பிக்கையில் கடவுளையும் பாவங்களையும் கூட விட்டு வைக்கவில்லை. வேறு சில பூசாரிகளை வைத்து பரிகாரப் பூசை செய்து தங்களைத் திருப்திப்படுத்திக் கொண்டனர். வேகமாக நட்சத்திர விடுதி கட்டும் பணியைத் தொடங்கியிருந்தார்கள்.

ஆறே மாதங்களில் அரசியல் பிரமுகர்களும், முன்னனி சினிமா நடிகர்களும் வந்து நட்சத்திர விடுதியைக் கோலாகலமாகத் திறந்து வைத்தார்கள்.

கழுவுவதற்கும் கூட்டுவதற்கும் அலசுவதற்கும் எனப் பின்கட்டு வழியாக வந்து பின்கட்டு வழியாகவே சென்று கொண்டிருந்த மூப்பனின் சமூகத்து இளைஞர்களுக்குத் தொண்டைக் குழி அதிர வித்தியாசமான வகையில் விக்கல்கள் வந்தன. ஒவ்வொருத்தராகத் தொடர்ந்து தொற்றி எல்லாருக்கும் விக்கல்கள் வருவது வாடிக்கையாக ஆகியது.

நாளடைவில் விடுதிக்கு வரும் விருந்தினர்களுக்கும், விடுதியின் மொத்த பணியாளர்களுக்கும், முதலாளிகளுக்கும், முதலாளிகளின் குடும்பத்தினருக்குமென விக்கல் நோய் போலப் பரவியது.

நெஞ்செலும்பு அதிர்ந்து துடிக்கும் வகையில் விக்கல் அவர்களைப் பாடாய்ப்படுத்தியது

விக்கலின் அதிர்வுகள் தொடக்கத்தில் யானை அசைவதைப் போல் மெதுவாகவும், முடிவில் காளை ஓடுவதைப் போல் வேகமாகவும் இருப்பதாக அந்தப் பகுதி முழுக்க பேசிக் கொண்டனர். சிலர் விக்கலால் நாக்குகளைக் கடித்துக் கொண்டனர். சிலர் மலைக்கு மேல் சென்று கீழே குதித்து மாண்டுபோயினர்.

●